LỜI GIỚI THIỆU

Hình bóng trên sông nhòa nhân ảnh

Trong sương mờ mịt đã tàn canh

Bất định, tha hương Vô chính diệu

Nhật Nguyệt soi mình rõ tinh anh.

Sát Tinh độc thủ đầy nội lực

Gặp thời oanh liệt, mấy người tranh?

Ở Tật mau qua, hay không có.

Tam Không nhất mạng quý trời sanh.

Thân chào các bạn yêu thích Tử Vi của kênh YouTube Rosy Rain.

Mình là thành viên của kênh khá lâu, có duyên được Anh Chị trong kênh luận giải lá số, và giúp mình có nhiều kiến thức cơ bản về Tử Vi cũng như nhìn rõ ưu khuyết điểm của bản thân. Mình cũng có duyên gặp gỡ, trò chuyện với các thành viên ban quản trị, rồi cũng là người cùng với bạn IT làm hoàn thiện website www.tuvi8.com như hiện nay. Cũng xin phép bật mí một chút, mình là Phá Quân cung Thìn, bạn IT là Phá Quân cung Tuất. Đọc đến đây hẳn các bạn sẽ bật cười.

Mình không thích luận Tử Vi với giọng điệu quá nặng nề về dị đoan, thần thánh hóa. Nhưng khi nghe kênh Rosy Rain, mình cảm nhận được sự nhẹ nhàng, khoa học, và dễ hiểu. Đây cũng là lý do mình thích kênh này và gắn bó đến tận hôm nay. Thời gian qua mình rất bận rộn với thiên thời Thái Tuế, nhưng thấy kênh youtube thông báo các video về chủ đề Vô Chính Diệu, mình lại tranh thủ nghe vì đây là chủ đề rất thú vị với mình.

Đối với mình Vô Chính Diệu ví như bản phụ lục của một bản hợp đồng chính là Tử Vi. Nhưng cái khó ở đây là phụ lục và hợp đồng không liên quan gì với nhau cả, có thể nói hoàn toàn khác biệt. Từ những video chủ đề Vô Chính Diệu, kênh đã quyết định xuất bản thành sách để đánh dấu một chặn đường khá dài của kênh, và cũng xem như là một kỉ niệm để lưu giữ cho thế hệ sau. Đại diện kênh, mình xin phép giới thiệu đến các bạn quyển sách này với tên gọi " Vô Chính Diệu Toàn Thư ".

Từ trước đến giờ, chắc hẳn các bạn chỉ đọc và học được chủ đề Vô chính diệu ở một chương của sách Tử Vi, chứ chưa có quyển sách Tử Vi nào mà tất cả các chương nói về Vô chính diệu như quyển " Vô Chính Diệu Toàn Thư ". Ở quyển sách này, có đầy đủ các thế đứng của Vô chính diệu, bàn về 12 Cung Vô chính diệu cũng như tương ứng 24 trường hợp Vô chính Diệu giúp các bạn hiểu rõ hơn. Quyển sách này là hành trang kiến thức không thể thiếu cho những người đam mê nghiên cứu bộ môn này. Rất mong các bạn ủng hộ sách và đóng góp ý kiến để kênh được ngày càng hoàn thiện tốt hơn và tiếp tục xuất bản thêm những quyển sách Tử Vi đầy tâm huyết.

Sài Gòn, ngày 10 tháng 7 năm 2024

N.V.T

Ảnh bìa: "Bình An" – Hồ Ba Bể, Bắc Kạn | N.V.T

Phần 1

Vô Chính Diệu Toàn Thư – Tác giả Rosy Rain

Cung Vô Chính Diệu là gì?

Cung Vô Chính Diệu là cung không có chính tinh tọa thủ. Bất kỳ cung nào không có chính tinh thì được gọi là cung Vô Chính Diệu, chẳng hạn như: Mệnh Vô Chính Diệu, Bào Vô Chính Diệu, Quan Vô Chính Diệu, Điền Vô Chính Diệu…

Người có cung Vô Chính Diệu thường khiến cho việc luận đoán lá số Tử Vi trở nên khó khăn hơn. Trong phần này, chúng ta sẽ bàn về những vấn đề liên quan đến Vô Chính Diệu trong Tử Vi.

Vô Chính Diệu Toàn Thư – Tác giả Rosy Rain

Tại sao người mệnh Vô Chính Diệu không ưa đến các cung Vô Chính Diệu?

Người mệnh Vô Chính Diệu thông thường thuộc nhóm sớm xa nhà, mưu sinh nơi đất khách quê người. Lập nghiệp xa quê sẽ thuận lợi hơn. Thọ mệnh thường không cao nếu không có Tuần, Triệt hoặc các chính tinh tốt chính chiếu.

Người Vô Chính Diệu giống như một khoảng trống chưa có cột trụ, cần có Tuần hoặc Triệt, đặc biệt là Tuần vì Tuần có năng lượng cân bằng âm dương, giúp đương số thêm sáng suốt. Tình trạng này giống như một tổ chức chưa được định hình, hay một đội quân chưa có người lãnh đạo, vì vậy tính chất của phụ tinh thể hiện một cách tự do, thiếu định hướng.

Do đó, khi gặp vận có chính tinh hoặc cung xung chiếu có chính tinh thì đó chính là sự định hướng, là động lực phát triển cho cung đó. Đây cũng là lý do mệnh Vô Chính Diệu không ưa gặp các cung Vô Chính Diệu: vì sẽ thiếu định hướng, thiếu chủ kiến, dễ có cảm giác mất phương hướng, cuộc đời mông lung, không biết nên làm gì hay đi về đâu.

Vô Chính Diệu Toàn Thư – Tác giả Rosy Rain

Định hướng cho người Vô Chính Diệu

Mệnh này thuộc khối hỗ trợ, làm phó, hoạt động trong bóng tối hoặc ẩn danh sẽ tốt hơn. Khi đi đến cung hạn Vô Chính Diệu, người mang mệnh cách này thường gặp những vấn đề làm mất phương hướng. Tư tưởng khó nhất định, dễ bị ngoại cảnh và người khác chi phối, điều khiển, nên thường khó thành công nếu đứng đầu mũi chịu sào.

Nếu làm chủ thì nên có một người khác hợp tác, trung thành, để mình giao phó trách nhiệm thì sẽ thuận lợi hơn. Công việc thường có sự thay đổi, khó bền lâu với một nghề nghiệp duy nhất.

Mệnh không có chính tinh, mưu sự cho người khác thì dễ, nhưng cho chính bản thân lại khó. Người mệnh Vô Chính Diệu có khả năng dự thảo kế hoạch, song thuận lợi hơn khi làm cho người khác; còn đối với bản thân thì thường khó đạt được những gì đã dự tính.

Mệnh Vô Chính Diệu cần điều gì?

Mệnh Vô Chính Diệu cần được nằm trong nhóm tam hợp Thái Tuế, Trường Sinh và không nên đồng cung với Lộc Tồn.

Vị trí Thái Tuế phản ánh thời gian và địa bàn (tức bản đồ thập nhị chi). Vòng Thái Tuế luôn chuyển theo chiều thuận, bất luận âm dương nam nữ. Thái Tuế ở thế chính danh, có thể nói người thuộc nhóm tam hợp Thái Tuế tức là đắc Thiên Thời, xác suất thành công cao, thường có lý tưởng to lớn và tầm ảnh hưởng đến tập thể, công chúng, đôi khi còn nhờ sự nổi tiếng mà được biết đến. Tuy nhiên, Thái Tuế tiềm tàng khuynh hướng đối kháng, nên khó được thảnh thơi an nhàn.

Khi rơi vào mệnh Vô Chính Diệu, Thái Tuế trở thành động lực không ngừng thúc đẩy con người vươn lên phía trước, phấn đấu cho tương lai. Mệnh Vô Chính Diệu cần được sinh trên đất Trường Sinh, Đế Vượng để giữ vai trò làm chủ quần chúng, hợp với đông đảo, được tín nhiệm và ủng hộ. Mọi sự kiện lớn lao, biến đổi trong xã hội nếu không có sự tham gia của quần chúng thì khó thành công. Vì thế, Trường Sinh – Đế Vượng chính là yếu tố giúp người Vô Chính Diệu có sức ảnh hưởng, khả năng hô hào mạnh mẽ. Ngoài ra, Trường Sinh và Đế Vượng còn giúp tăng thêm tuổi thọ, sức sống cho người mệnh Vô Chính Diệu.

Ngược lại, không nên có Lộc Tồn đồng cung, bởi Lộc Tồn luôn bị giáp bởi Kình Dương và Đà La. Khi bản cung vốn không có chính tinh, sự hiện diện của Lộc Tồn dễ làm tăng tính biến động, gây ra các vấn đề về tinh thần, trầm cảm, cô đơn hoặc bệnh lý tâm lý. Lộc Tồn tốt nhất chỉ nên nằm ở tam hợp chiếu về.

Lá số tham khảo: Nữ Hoàng Victoria
Dương lịch ngày 24-5-1819 (4:15 sáng). Mệnh Vô Chính Diệu tại Mão, mệnh có Thái Tuế, Đại Hao, Thiên Khốc đắc địa.

Vị trí Mão – Dậu với Thái Tuế, Khốc Hư, Song Hao đắc địa đã tạo cho bà uy thế vững mạnh. Bà là Nữ Vương của Vương quốc Liên hiệp Anh từ ngày 20 tháng 6 năm 1837 cho đến khi qua đời. Bà cũng được tôn xưng danh hiệu Nữ Hoàng Ấn Độ vào ngày 1 tháng 5 năm 1876. Triều đại Victoria kéo dài 63 năm 7 tháng, đứng thứ hai sau Nữ Vương Elizabeth II. Vương quốc Anh dưới sự trị vì của bà là thời kỳ biến đổi mạnh mẽ về công nghiệp, văn hóa, chính trị, khoa học và quân sự, đồng thời được đánh dấu bằng sự mở rộng của Đế quốc Anh.

Vô Chính Diệu Toàn Thư – Tác giả Rosy Rain

Queen Victoria, 1819–1901, by Bassano

Vô Chính Diệu Toàn Thư – Tác giả Rosy Rain

		QUAN LỘC THIÊN PHỦ <small>TẢ PHỦ KÌNH DƯƠNG HỮU BẬT QUAN PHÙ LONG TRÌ PHƯỢNG CÁT TAM THAI BẠT TỌA ÂN QUANG THIÊN QUÝ GIẢI THẦN HOA CÁI</small>	
	NỮ HOÀNG VICTORIA ÂM NỮ ÂM DƯƠNG – THUẬN LÝ 83 TUỔI (1901 – TÂN SỬU) NĂM: 1819 KỶ MÃO THÁNG: 5 (14) KỶ TỴ NGÀY: 24 (1) NHÂM THÌN GIỜ: 4:15 NHÂM DẦN MỆNH: THÀNH ĐẦU HỎA CỤC: HỎA LỤC CỤC THÂN CƯ QUAN LỘC	**TUẦN -TRIỆT** **THIÊN DI** **TỬ VI** **THAM LANG** <small>HÓA QUYỀN THIÊN QUAN L.N VĂN TINH ĐỊA KHÔNG TUẾ PHÁ TIỂU HAO THIÊN HƯ</small>
MỆNH THÁI TUẾ ĐẠI HAO THIÊN KHỐC			
			TÀI BẠCH **THIÊN TƯỚNG** <small>TẤU THƯ ĐƯỜNG PHÙ THIÊN GIẢI HỎA TINH BẠCH HỔ</small>

Vô Chính Diệu Toàn Thư – Tác giả Rosy Rain

Cung Vô Chính Diệu mạnh nhất lúc nào?

Ảnh hưởng của mệnh Vô Chính Diệu mạnh nhất là trong khoảng tiền vận của cuộc đời (trước 30 tuổi). Ý nói, người Vô Chính Diệu thường lao đao, vất vả trong buổi thiếu thời.

Bước vào trung vận và về già thì khá dần, cuộc sống ngày càng ổn định hơn.

Mệnh Vô Chính Diệu và tầm quan trọng của cung Tật Ách

Một số nhà Tử Vi Đẩu Số cho rằng mệnh Vô Chính Diệu có thể lấy sao cung xung đối (mượn sao an cung) để luận giải. Khi luận, lấy tính chất chính tinh của cung xung chiếu để tham khảo là đúng, tuy nhiên mức độ ứng hợp chỉ khoảng 70%.

Người mệnh Vô Chính Diệu không có chính tinh, lúc bình thường họ rất trầm tĩnh, vững vàng. Khi không cần thiết, họ không bao giờ làm mình nổi bật, nên thường được đánh giá là người thâm trầm, khó hiểu. Khi không bức thiết, họ ít phát biểu về bản thân, nhất là trước mặt người lạ.

Cung Mệnh thể hiện bề nổi bên ngoài, còn cung Tật Ách là nơi sâu thẳm trong tâm hồn. Vì vậy, người mệnh Vô Chính Diệu không có sao chính tinh, "Tự Ngã" – cái tôi – thường biểu hiện nhiều ở cung Tật Ách. Tự Ngã của họ có nhiều cơ hội để trầm tư, phản tỉnh do ảnh hưởng kiềm chế từ cung Tật Ách, vốn là cung tìm ẩn. Do đó, người Vô Chính Diệu bình thường không nổi bật về bản thân, dễ bị hiểu lầm là u ám, khó hiểu.

Ngã cung gồm: Mệnh, Tài Bạch, Quan Lộc, Phúc Đức, Tật Ách, Điền Trạch, Thiên Di tính 50%. Ngã tức là "Ta", sáu cung còn lại là "Tha Cung".

Cung Tật Ách đối với người Vô Chính Diệu

Người mệnh Vô Chính Diệu lấy cung Tật Ách làm "dụng". Còn cung Thiên Di chỉ là thế giới trước mắt của đương số.

Cung Thiên Di là thế giới lý tưởng, phản ánh ý thức về hoàn cảnh bên ngoài (Đại vũ trụ), nên không thể mượn sao chính tinh về dùng. Ví dụ, nếu cung Thiên Di có Hóa Kỵ, ta không thể mang Hóa Kỵ vào bản thân, chẳng khác nào "dẫn sói vào nhà".

Do đó, lấy cung Thiên Di để luận là không chính xác, chỉ đúng khoảng 70% về phong thái, hình bóng. Thực chất, phải nhìn vào cung Tật Ách. Khi tìm hiểu cung Tật Ách của người Vô Chính Diệu, sẽ thấy đây mới là nơi tiềm ẩn thực sự của họ.

Cung Tật Ách đối với người Vô Chính Diệu vì vậy cần nghiên cứu 24 cách cục Vô Chính.

Vô Chính Diệu Toàn Thư – Tác giả Rosy Rain

Mệnh Vô Chính Diệu, Thân cư Thiên Di

Trường hợp người mệnh Vô Chính Diệu thân cư Thiên Di là mẫu người một nửa thuộc Ngã Cung, một nửa thuộc Tha Cung; bản thân các sao đối có tác động đến cung Mệnh. Các sao cung Thiên Di có sức ảnh hưởng rất lớn tới cung Mệnh, đây là biểu hiện của "dịch động".

Người Vô Chính Diệu lúc bình thường ít khi đề cao hay đánh bóng bản thân, nhất là trong hoàn cảnh xa lạ. Dáng vẻ trầm mặc, nhưng không có nghĩa là thiếu chủ kiến. Vì đối cung Thiên Di đại biểu cho ý thức về hoàn cảnh bên ngoài, người Vô Chính Diệu lúc này dễ tiếp thu ý kiến của người khác.

Sự ảnh hưởng của cung Thiên Di & Tứ Hóa đến Mệnh Vô Chính Diệu

Nếu nói cung Thiên Di là thế giới bên ngoài của người Vô Chính Diệu thì một khi họ đã có định kiến, rất khó thay đổi và có tính cố chấp dị thường. Điều này cũng cho thấy đời họ "dịch động", hoặc cuộc đời có nhiều cơ hội đi công tác, di chuyển. Quan hệ với song thân hay anh em, dù thương yêu đến đâu, cũng có phần không hòa hợp; gần nhau rất nhanh và xa nhau cũng nhanh. Giữa hai bên khó có ý kiến tương đồng. Người mệnh Vô Chính Diệu không có chính tinh, lại bị ảnh hưởng các sao cung Thiên Di, sinh ra hiện tượng "dịch động" – di chuyển. Chính tinh thủ cung Di càng lớn thì lực di chuyển càng mạnh. Từ đây thấy rằng người mệnh Vô Chính Diệu đời người thường có nhiều thay đổi. Khi đi đến đại vận thứ tư như cung Điền Trạch, người mệnh Vô Chính Diệu lưu ý sẽ có nhiều biến số như đi thuê nhà, mua nhà, xuất ngoại, đi học, công tác, di dân… Đây đều là những cơ hội có thể thành lập và thuận lợi. Trường hợp cung Thiên Di của người mệnh Vô Chính Diệu có Tứ Hóa, "dịch động" càng mạnh, khả năng ứng nghiệm thường xuất hiện từ đại vận thứ ba. Tứ Hóa ảnh hưởng người mệnh Vô Chính Diệu rất mạnh, có thể nói còn mạnh hơn người có sao chính tinh thủ mệnh.

Vô Chính Diệu Toàn Thư – Tác giả Rosy Rain

Ảnh hưởng của Cha Mẹ

Người mệnh Vô Chính Diệu chịu ảnh hưởng của cha mẹ mạnh nhất khi ở hai cung Tứ Mộ Thìn, Tuất và hai cung Tí, Ngọ. Hành vi của cha mẹ trong trường hợp này thường trở thành mẫu mực để họ học tập.

Ngược lại, người mệnh Vô Chính Diệu ở các cung vị khác, sau khi lớn lên, thường ngầm phê bình, bất mãn hoặc có thái độ chống đối cha mẹ.

Chịu ảnh hưởng của cha mẹ

Vô Chính Diệu Toàn Thư – Tác giả Rosy Rain

Người phối ngẫu bị ảnh hưởng gì từ người Mệnh Vô Chính Diệu?

Trong một số trường hợp, sau khi kết hôn, người mệnh Vô Chính Diệu thường cảm thấy người phối ngẫu không giống như trước khi lấy:

- Người phối ngẫu như thiếu chủ kiến.

- Những ý thích trước đây giờ không còn đậm nét, hoặc sở thích trước kia dường như thay đổi.

Giải thích: Điều này không phải là lỗi của người phối ngẫu mà là do ảnh hưởng của cung Mệnh đương số. Cung Mệnh của người Vô Chính Diệu tác động đến thị hiếu và sở thích của người phối ngẫu, khiến chúng thay đổi. Vì vậy, lời khuyên dành cho người mệnh Vô Chính Diệu là sau khi kết hôn nên luôn tự nhắc nhở bản thân phải tôn trọng người phối ngẫu. Nếu không quan tâm và vô tình kiểm soát, người phối ngẫu sẽ mất tự do, cảm giác hứng thú giảm, dẫn đến tình cảm bị ảnh hưởng về sau. Đây cũng là lý do khiến người mệnh Vô Chính Diệu đôi khi lận đận trong tình cảm. Việc hiểu được điều này qua Tử Vi là điều đáng quý, vì học cách tôn trọng bạn đời là điều ai cũng nên làm.

Vô Chính Diệu Toàn Thư – Tác giả Rosy Rain

Trường hợp Mệnh Vô Chính Diệu có Tuần, Triệt

Trường hợp Mệnh Vô Chính Diệu có Tuần, Triệt thì việc sử dụng các sao xung chiếu hay tam hợp trở nên khó khăn. Lúc này, cần căn cứ vào vòng Tràng Sinh, kết hợp với luận đoán thọ - yểu của mệnh và các sao tọa thủ trong bản cung. Trạng thái miếu, vượng, hãm, suy của các tinh đẩu tại cung đó cũng cần được xem xét kỹ, cho đến khi nhập vận có chính tinh.

Mệnh Vô Chính Diệu gặp Tuần, Triệt thì khi luận giải phải hết sức chú ý, vì mức độ tốt - xấu của cung này rất khó phân định. Tuần, Triệt có tác động kìm hãm các sao xấu chiếu về cung Vô Chính Diệu, giúp hóa giải phần nào trường hợp "Phi yểu tác bần". Tuy nhiên, mặt hạn chế là nó cũng ngăn cản luôn cả các sao tốt chiếu về.

Lá Số Mẫu Tham Khảo – Cách Yểu Thọ

Nam mệnh

Dương lịch: 15-12-1972 (7 giờ sáng)

Đương số là con đầu lòng của cả cha lẫn mẹ. Cung an Mệnh khắc với ngũ hành Mạng. Các tinh đẩu ở bản cung không đồng hành với hành Mạng. Sao Thiên Tài an tại Mệnh Vô Chính Diệu. Đương số mất tại bệnh viện lúc 7 tháng tuổi.

Lưu ý: Mệnh Vô Chính Diệu có Song Hao không phải là cách xấu.

- Khi Song Hao đắc địa, người này có khả năng học hỏi xuất sắc. Tuy không phải là người có bằng cấp cao, nhưng họ có thể tự học qua quan sát hoặc nghe từ người khác, đôi khi không có thầy, không có hệ thống, nhưng vẫn thành công hơn người. Đây là cách tự tạo lập sự nghiệp.

Vô Chính Diệu Toàn Thư – Tác giả Rosy Rain

Cách Yểu Thọ

		MỆNH VĂN KHÚC THIÊN TÀI BẠCH HỔ ĐẠI HAO
TÀI BẠCH **CỰ MÔN** TÁU THƯ LONG TRÌ ĐƯỜNG PHÙ THIÊN QUÝ THIÊN THỌ HOA CÁI QUAN PHÙ THIÊN LA	**Cách Yểu Thọ** **Dương Nam** **Âm Dương Thuận Lý** Năm: 1972 (1972) Nhâm Tí Tháng: 12 (11) Nhâm Tí Ngày: 15 (10) Canh Thìn Giờ: 7:07 Canh Thìn Mệnh: Tang Đố Mộc Cục: Thổ Ngũ cục	
TUẦN – TRIỆT **THIÊN DI** **THIÊN CƠ** **THÁI ÂM** TẢ PHỤ HÓA KHOA ÂN QUANG THIÊN MÃ L.N VĂN TINH TANG MÔN TIỂU HAO CÔ THẦN	**QUAN LỘC** **THÁI DƯƠNG** HỮU BẬT KÌNH DƯƠNG THÁI TUẾ THIÊN QUÝ	

18

Vô Chính Diệu Toàn Thư – Tác giả Rosy Rain

Phú Quý Khả Kỳ

Tuần Không, Địa Không, Thiên Không (cách đắc Tam Không) sẽ được trình bày chi tiết ở bài khác.

Lưu ý: Cách đắc Không biểu thị trắng tay lập nghiệp, nghĩa là từ "không" mà thành "có". Tuy nhiên, phú quý chỉ thể hiện theo Đại Vận, theo vòng vận đi của từng lá số, chứ không phải suốt cả đời. Do đó, cung Vô Chính Diệu cần có Tuần, Triệt án ngữ giữ lại. Như vậy, dù trong vận hạn kém nhất, người mệnh vẫn không đến mức trắng tay.

Tính chất đột biến của cung Mệnh Vô Chính Diệu

Người hoặc cung Vô Chính Diệu có cuộc đời thay đổi đột biến, phụ thuộc vào trạng thái các vận trình sẽ gặp. Khi vận tốt hoặc hạn xấu, mọi sự việc và con người sẽ thay đổi theo tính chất đột biến. Cuộc sống diễn tiến linh hoạt, biến đổi theo hoàn cảnh, lúc này lúc khác, với ảnh hưởng rõ ràng theo hạn hành.

Người mệnh Vô Chính Diệu đẹp nhất là khi cách Nhật Nguyệt sáng sủa chiếu.

Ví dụ: Mệnh Vô Chính Diệu được Âm – Dương tách cung, một ở Mão, một ở Hợi, hội họp về Mệnh. Trạng thái này tốt hơn Âm – Dương đồng cung Sửu – Mùi, vì lúc đó Âm – Dương đồng cung sẽ là một sáng, một tối.

Lưu ý: Thái Âm, Thái Dương chủ về sáng suốt và thông minh.

Tỵ	Ngọ	Mùi **MỆNH**	Thân
Thìn			Dậu
Mão THÁI DƯƠNG			Tuất
Dần	Sửu	Tý	Hợi THÁI ÂM

Tỵ	Ngọ	Mùi **MỆNH**	Thân
Thìn			Dậu
Mão			Tuất
Dần	Sửu THÁI ÂM THÁI DƯƠNG	Tý	Hợi

20

Phần 2

Vô Chính Diệu Toàn Thư – Tác giả Rosy Rain

Vô Chính Diệu Toàn Thư – Tác giả Rosy Rain

Hành Trình Của Đời Người

1. Người Âm Nam, Dương Nữ – đại vận tính theo chiều nghịch:

- Tuổi thơ: xem ở cung Mệnh

- Tuổi thiếu thành niên: xem ở cung Phu Thê

- Tuổi thành niên: xem ở cung Tử Tức

- Tuổi nổi danh: xem ở cung Tài Bạch

- Tuổi nghỉ ngơi: xem ở cung Thiên Di

2. Người Dương Nam, Âm Nữ – đại vận tính theo chiều thuận:

- Tuổi thơ: xem ở cung Mệnh

- Tuổi thanh thiếu niên: xem ở cung Phụ Mẫu

- Tuổi thành niên: xem ở cung Phúc Đức

- Tuổi thành danh: xem ở cung Điền Trạch

- Tuổi nổi danh: xem ở cung Quan Lộc

- Tuổi già: xem ở cung Nô Bộc

- Tuổi nghỉ ngơi: xem ở cung Thiên Di

Vô Chính Diệu Toàn Thư – Tác giả Rosy Rain

Cung Thiên Di của người Vô Chính Diệu

Dù đại vận đi thuận hay nghịch, cung Thiên Di luôn thể hiện hình ảnh chốn giao thiệp bên ngoài, từ buổi đầu đời cho đến khi nhắm mắt xuôi tay.

- Nếu cung Thiên Di có nhiều sao đẹp, đời người sẽ gặp nhiều dịp thuận lợi.

- Nếu có nhiều sao xấu, cuộc đời dễ gặp khó khăn, bế tắc.

Trường hợp mệnh có chính tinh, nhưng cung Thiên Di vô chính diệu, bên ngoài rộng mở và có nhiều lựa chọn, nhưng cũng dễ lạc lõng, cô đơn.

Nếu mệnh có chính tinh và cung Thiên Di cũng có chính tinh, cần so bì cao thấp, hơn kém mà phòng thân. Người mệnh Vô Chính Diệu, cung Thiên Di luôn có Chính Tinh kép (song tinh) – đây là cách sắp xếp tài tình của tiền nhân, để không dồn người Vô Chính Diệu vào đường cùng. Để khai thác cung Thiên Di, nên dùng các sao trung tinh, phụ tinh trong Mệnh làm phương tiện tiếp cận với các chính tinh trong Thiên Di. Ví như, người khôn khéo biết dùng mưu trí và vận dụng các sao sẽ có thể điều khiển, ảnh hưởng đến những đối tượng mạnh mẽ hơn mình.

24

Mệnh Vô Chính Diệu: Sự ảnh hưởng của hai cung Giáp và Cung Phúc Đức

Cung Mệnh không có chính tinh tọa thủ. Muốn luận giải căn bản, phải mượn chính tinh của cung Thiên Di. Thiên Di thể hiện ý thức về hoàn cảnh bên ngoài, là "đại vũ trụ" – thế giới lý tưởng trong lòng của Mệnh tạo. Người học tử vi nên nghiên cứu cung Tật Ách để thấy những tiềm ẩn của người Vô Chính Diệu.

Cung Giáp Mệnh liên quan đến cung Phụ Mẫu và Huynh Đệ: đa số người Mệnh Vô Chính Diệu có duyên phận với lục thân hơi bạc, thiếu sự tương trợ. Họ có thể được người khác nuôi lớn hoặc phải rời xa quê hương từ nhỏ. Tuy nhiên, khi trưởng thành, người Vô Chính Diệu thường đạt được thành tựu khác thường.

Nếu cung Mệnh Vô Chính Diệu mà cung Phụ Mẫu cũng Vô Chính Diệu thì thường rất linh nghiệm, tức mọi điều trên đều ứng nghiệm.

Mệnh Vô Chính Diệu không phải là xấu, vì cung không có chủ tinh; ba cung Huynh Đệ, Phụ Mẫu và Phúc Đức tùy tốt xấu mà ảnh hưởng rất lớn đến cuộc đời.

Vô Chính Diệu Toàn Thư – Tác giả Rosy Rain

Mệnh Vô chính diệu xung đối Thái Dương- Cự Môn

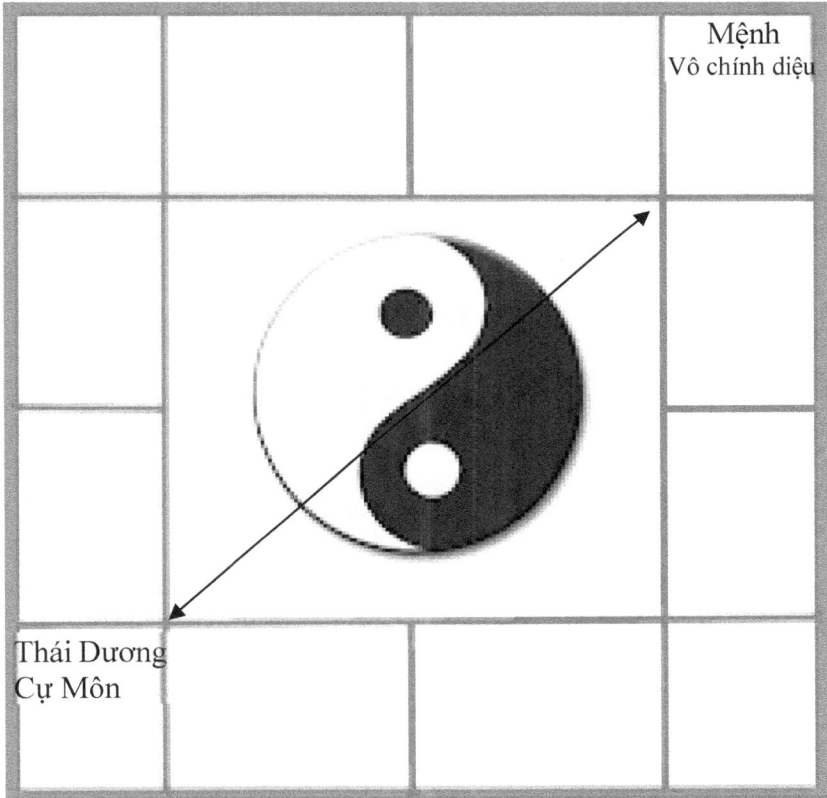

Mệnh
Vô chính diệu

Thái Dương
Cự Môn

Cung Mệnh an tại Thân cung, đối cung có bộ CỰ-NHẬT hội chiếu. Cho dù mệnh ở đây vô chính diệu cũng không sao, bởi vì Thái Dương chiếu mệnh là rất may mắn. Đời này yếu tố nước ngoài có duyên. Nên sớm học giỏi ngoại ngữ.

Vô Chính Diệu Toàn Thư – Tác giả Rosy Rain

Cung Huynh Đệ Vô Chính Diệu

Đối cung là cung Nô Bộc, cả hai đều là "tha cung". Đây là cách người có duyên với người khác giới, nhưng muốn gắn kết thường gặp khó khăn. Người có cung Bào Vô Chính Diệu dù đối tượng ở gần, cũng cảm thấy xa vạn dặm, vì không biết cách bắt chuyện hay tiếp cận, thậm chí không dám chủ động.

Thậm chí khi đã suy nghĩ đủ cách để gần gũi, thường chỉ có thể nhìn đối tượng – đặc biệt nếu đối tượng là người thật sự thích – còn bình thường, người cung Huynh Đệ Vô Chính Diệu vẫn rất có duyên với mọi người.

Về tài chính, tiền vào tay trái ra tay phải; nếu tiền vào tay phải thì có việc phải xuất ra tay trái. Mua nhà xong thường dẫn đến túng thiếu hết tiền.

Vô Chính Diệu Toàn Thư – Tác giả Rosy Rain

Cung Phu Thê Vô Chính Diệu

Là cung bị ẩn đi, nên luận giải thiên hình vạn trạng. Vợ chồng thường không chính thức, không đăng ký kết hôn; người phối ngẫu có thể làm nghề hoạt động bí mật. Cuộc sống vợ chồng kín tiếng, ít công khai với người ngoài, đây cũng là phần ứng hợp (hóa giải).

Cung Phu Thê Vô Chính Diệu, vợ chồng thường việc ai nấy làm, ít quan tâm đến nhau. Người thuộc cung này thường nhìn quá cao, khó gặp người thích hợp, khó sống với một người từ đầu tới cuối. Bạn đời khi lớn tuổi thường không phải người quen hay yêu lúc trẻ.

Nếu có Tuần, Triệt án ngữ, dù có trục trặc nhưng trước xấu sau tốt, mối quan hệ vợ chồng vẫn giữ được, có thể ăn đời ở kiếp với nhau.

Người phối ngẫu thường kém hơn mình, ở thế yếu hơn, không được như kỳ vọng của bản thân.

28

Cung Phu Thê Vô Chính Diệu đi cùng Hỏa Tinh hoặc Linh Tinh, và cung Tử Tức phải có chính tinh:

- Cuộc đời đương số chắc chắn có kết hôn, nhưng người phối ngẫu khó đi hết đời với mình.

- Đương số thường gặp nhiều duyên khởi – duyên diệt, trải qua nhiều cay đắng lẫn ngọt bùi.

Khuyên: Vạn sự tùy duyên, an nhiên mà sống. Có duyên thì gặp ở chân trời, vô duyên trước mặt cũng như không. Đây cũng là cách lập gia đình lúc bất ngờ.

Chú giải:

- Duyên khởi = Nhân duyên

- Duyên diệt = Hết duyên

Vô Chính Diệu Toàn Thư – Tác giả Rosy Rain

Cung Tử Tức Vô Chính Diệu

- Thường chủ về hiếm con hoặc ít con, cũng chủ về chậm có con.

- Nếu cung Phụ Mẫu và cung Tử Tức đều Vô Chính Diệu, đây là số khó có con trai, tính cách con khó đoán.

Khuyên: Không nên mang quan điểm hay giá trị của mình áp đặt hay giáo dục con cái. Nên nương theo năng khiếu thiên bẩm và ý nguyện của con để dạy dỗ; con đường của con sẽ phát triển thuận lợi.

- Nếu cung Tử Tức Vô Chính Diệu có Tuần, Triệt, con đầu lòng khó nuôi. Nếu có hung tinh đắc địa độc thủ, chủ muộn sinh con hoặc con cái sau này tính khí không hợp với cha mẹ.

- Nếu có Nhật Nguyệt chiếu, con cái học hành giỏi giang.

Riêng bản thân người có cách cục cung Tử Tức Vô Chính Diệu thường thiếu mục tiêu, thiếu tính ổn định. Người này hơi xung động trong chuyện tiêu xài; nhiều lúc tâm trạng không tốt sẽ chi tiêu phung phí, sau đó cảm thấy hối hận.

30

Cung Tài Bạch Vô Chính Diệu

- Tiền bạc, tài chính không đều đặn. Nếu có Tuần, Triệt án ngữ, lúc đầu khó khăn nhưng sau sẽ tốt lên. Nhật Nguyệt chiếu thì hậu vận tốt.

- Không nên giữ tiền mặt, nên quy ra thanh hiện vật hoặc đầu tư vào tài sản cố định. Người khác nhìn vào thường không đoán được tình trạng tài chính của mình.

- Tính chất "giàu ngầm" thể hiện ở sự kín đáo trong quản lý tài sản; càng giữ bí mật càng bảo toàn tài sản, đồng thời dễ có tài sản đứng tên người khác. Để đánh giá khả năng tích lũy tài sản về già, cần kết hợp quan sát cung Điền Trạch.

- Nếu đi kèm Thiên Khôi, Thiên Việt, Lộc Tồn: tài chính có quý nhân giúp, khả năng tích lũy tăng, đầu tư sinh lời.

- Nếu đi kèm Địa Kiếp, Địa Không: dễ thất thoát, tiêu pha nhiều, quản lý tài sản không bền vững.

- Nếu tam hợp hội Hóa Khoa, Hóa Lộc, Hóa Quyền: tăng cường khả năng làm giàu, quyền kiểm soát tài chính tốt hơn.

Vô Chính Diệu Toàn Thư – Tác giả Rosy Rain

Khuyên: Nên giữ bí mật về kế hoạch tài chính. Tài Vô Chính Diệu cũng có nghĩa là "giàu ngầm": càng kín tiếng càng giữ được tài sản. Người này dễ có tài sản đứng tên người khác. Nên quan sát cung Điền để biết sự tích lũy lúc về già.

Cách Cung Tài Bạch Giáp - Tử Vi /Thiên Phủ

Người có cách này có ý tưởng rộng lớn, khả năng tư duy chiến lược tốt.

Đặc điểm nghề nghiệp phù hợp:

- Giảng sư, giảng dạy, truyền đạt kiến thức.

- Nhân viên quảng bá, marketing, PR.

- Mở rộng thị trường, kinh doanh đa kênh.

- Khả năng thuyết phục, kêu gọi, tạo ảnh hưởng tốt.

		Tử vi Phá Quân	Tài Vô chính diệu
	Cách Cung Tài Giáp Tử-Phủ		Thiên Phủ
	Mệnh Cự Môn Cư Tí,Ngọ		
		Mệnh Cự Môn	

Vô Chính Diệu Toàn Thư – Tác giả Rosy Rain

Cung Tật Ách Vô Chính Diệu

Cung Tật Ách Vô Chính Diệu thường ít bệnh tật hoặc tai họa nghiêm trọng. Do không có chính tinh, cung này giống như "căn nhà không có cửa bảo vệ", khó ngăn cản hoặc tránh các tai nạn lớn. Nếu gặp vấn đề nghiêm trọng, đương số thường phải gánh chịu hậu quả xấu.

- Nếu có bệnh, thường nhẹ, dễ chữa. Nên thường xuyên luyện tập thể dục, tăng cường sức đề kháng.

- Tuần, Triệt án ngữ giúp cân bằng sức khỏe:

  o Có Tuần, sức khỏe ở mức trung bình, ít bị ảnh hưởng bởi bệnh tật, tai họa. Tuần ở Thìn, Tí, Dần, Mão mang lại may mắn.

  o Triệt ở Thân, Dậu giúp giảm xui xẻo, tai họa, sát phạt nhưng không mang lại may mắn lớn.

- Nếu cung Tật Ách vô chính diệu tại Tứ Mộ mà gặp sao kỵ (Tướng Quân, Thiên Tướng), cần có Tuần, Triệt án ngữ mới giảm tác hại.

34

Lưu ý: Cung Tật không có chính tinh, trung tinh không có nghĩa là không có bệnh tật hay tai họa, mà còn hàm ý cuối đời có thể trắng tay.

Lá số tham khảo – Cung Tật Ách Vô Chính Diệu

Nam sinh Dương Lịch 13/02/1948 – 19h

- Mệnh: biết quá khứ, hiện tại.

- Thân: biết hiện tại, tương lai.

- Tật Ách: biết dĩ vãng, hậu vận.

Cung Tật Ách vô chính diệu hoặc nhiều sát tinh → Tuổi thơ vất vả, về già dễ nghèo, khó giữ của.

Hàm ý: giống như nhà không cửa, tai ương lớn khó tránh, hậu vận thường trắng tay.

Vô Chính Diệu Toàn Thư – Tác giả Rosy Rain

			Quan
			Thiên Đồng **Thiên Lương** Thiên Giải LN.Văn Tinh Bạch Hổ Tiểu Hao

Mệnh	Hậu Vận Trắng Tay		
Thái Âm Tả phù Đà la Hóa quyền Thiên la Long trì Quan phù Thai phụ Quan Phủ Thiên tài Hoa cái	Nam sinh Dương Lịch 13/02/1948 – 19h		

		Tài (Thân)	Tật Ách
		Thiên Cơ Văn Xương Hỏa tinh Hỷ Thần Linh Tinh Thiên quý Hóa kỵ Phong cáo Thái Tuế Thiên Thọ	Trực phù Phi liêm Thiên sứ

Vô Chính Diệu Toàn Thư – Tác giả Rosy Rain

Định nghĩa Cung Thiên Di

Cung Thiên Di là tuyến giao giữa bản thân và thế giới bên ngoài, phản ánh mối quan hệ giữa cá nhân với môi trường xã hội, hoàn cảnh thực tại, cũng như định hướng nội tâm và mục tiêu tiến về phía trước.

- Khi có nhiều sát tinh: đương số thường gặp trở ngại, dễ bị phá hoại, khó hoàn thành mục tiêu, phải vất vả mới đạt được mộng tưởng.

- Ảnh hưởng so với cung Mệnh: các sao tại Thiên Di thường có lực tác động mạnh hơn Mệnh, khiến đương số hay biến đổi, đi lại nhiều.

- **Ví dụ**: Mệnh Vô Chính Diệu nhưng Thiên Di có Hóa Quyền → mệnh chịu dịch động mạnh. Tuy nhiên, trong một số tam hợp ngũ hành (như Thân–Tý–Thìn với Dần–Ngọ–Tuất), sự khắc chế có thể giúp cân bằng, cuối cùng đạt kết quả trung hòa.

Vô Chính Diệu Toàn Thư – Tác giả Rosy Rain

Thiên Di Vô Chính Diệu

- Chủ về bị động, mục tiêu cuộc đời thường do người khác định hướng, cá nhân ít khả năng tự lập kế hoạch.

- Tính cách: dễ xúc động trước hoàn cảnh thương tâm, dễ bị dẫn dụ hoặc phản ứng cực đoan; khi tiếp nhận thông tin ban đầu thường thiên lệch, khó hình thành kiến giải chính xác ngay.

- Hiểu theo hướng tích cực: thái độ khách quan; theo hướng tiêu cực: thiếu lập trường.

Kết luận

Thiên Di Vô Chính Diệu là môi trường "thả nổi": tùy hoàn cảnh mà thích ứng. Nếu biết chọn bạn, chọn môi trường tốt, đương số có thể thành đạt; ngược lại, dễ phải gánh chịu hậu quả bất lợi.

Người có cung Thiên Di Vô Chính Diệu

- Đã kết hôn thì nên tránh cãi vã với người phối ngẫu, vì dễ ảnh hưởng xấu đến những chuyến đi xa.

- Thiên Di có Tả Phù, Hữu Bật: đi xa được trợ lực, không phải do quý nhân xuất hiện bất ngờ, mà là bản thân tăng thêm sức mạnh, loại trừ chướng ngại, dễ tìm cơ hội mới và xoay chuyển tình thế.

- Tả Phù thủ Thiên Di: có sự trầm tĩnh, ổn định để xử lý hành trình.

- Tả Hữu cùng nhập Thiên Di: dễ mở rộng giới hạn, phát triển tích cực, thu được thành quả.

- Vì Thiên Di nằm giữa cung Nô và cung Tật → Tả Hữu tại đây có thể kết nối sức mạnh hai cung kế cận theo hướng cát lợi.

Cái gọi là "quý nhân phù trợ" trong cách cục này chính là tự mình trợ mình, rồi mới gặp được sự nâng đỡ từ hoàn cảnh, từ trời đất.

Cung Thiên Di Vô Chính Diệu Có Tứ Sát
Đồng Cung

Thể hiện con đường phát triển nhiều biến động, lý tưởng thường gặp áp lực và thử thách.

Đặc điểm: Người này thường có tâm nguyện, khát vọng vươn xa, giao tế nhiệt tình, dễ tạo duyên với người ngoài. Tuy nhiên, Tứ Sát làm giảm khả năng duy trì kế hoạch ổn định, khiến tư duy nhiều lúc bốc đồng, thiếu lý tính, hay phán đoán sai thời cơ.

Ảnh hưởng của Tứ Sát:

Kình Dương – Đà La: dễ xảy ra va chạm, cạnh tranh gay gắt, môi trường ngoài đời thường tạo áp lực, mâu thuẫn.

Linh Tinh – Hỏa Tinh: làm nóng nảy, nôn nóng, cảm giác bất an thường trực, luôn lo sợ biến cố.

Hệ quả:

Khó hình dung một viễn cảnh tương lai rõ ràng, con đường lập nghiệp thiếu cấu trúc hoàn chỉnh.

Dễ cảm thấy bị ngoại cảnh chi phối, thường phải lao lực, vất vả mới đạt kết quả.

Trong giao tế, tuy có sức hút, nhưng đi kèm thị phi, thử thách.

Kết luận: Đây là cách cục không xấu hoàn toàn cho việc đi xa hay xuất ngoại, nhưng báo hiệu ngoại cảnh nhiều biến hóa, lý tưởng thường bị va đập bởi thực tế. Nếu biết giữ bình tĩnh, tăng lý tính và bản lĩnh, người có cung Thiên Di này vẫn có thể biến nghịch cảnh thành động lực, từ thử thách mà vươn lên.

Vô Chính Diệu Toàn Thư – Tác giả Rosy Rain

PHẦN 3

Vô Chính Diệu Toàn Thư – Tác giả Rosy Rain

Vô Chính Diệu Toàn Thư – Tác giả Rosy Rain

Mệnh Vô Chính Diệu có phải thuộc nhóm Tâm Lý Vị Kỷ?

Mệnh Vô Chính Diệu là cung mệnh không có một sao nào của hai vòng Tử Vi và Thiên Phủ. Chính tinh tượng trưng cho tính chất công khai, danh chính ngôn thuận. Có chính tinh ví như được nuôi nấng, hướng dẫn để vào đời, có nghề nghiệp và địa vị vững vàng trong xã hội. Không có chính tinh, người mệnh Vô Chính Diệu như bơ vơ lạc lõng giữa đời, phải tự lo con đường tiến thân cho bản thân. Do vậy, họ thường phải thủ giữ những gì đã đạt được. Người xưa chê mệnh Vô Chính Diệu là "ích kỷ" cũng nhằm ý này: giống như đứa con thiếu tháng, kẻ côi cút, thiệt thòi, cần bảo vệ tài năng và đạo đức của chính mình. Vì vậy, nếu có Hiên Đức, Phúc Đức, Long Đức hay Nguyệt Đức thủ mệnh, hoặc tam hợp chiếu (cung Tài và cung Quan), người này sẽ được nhắc nhở cư xử đúng mực.

Vô Chính Diệu Toàn Thư – Tác giả Rosy Rain

Nguyệt Đức – Thiên Đức

Là hai sao chủ về hối cải, tín ngưỡng. Hợp với Long Đức – Phúc Đức thành bộ "tứ đức", nói lên tính cẩn trọng của người quân tử. Bộ tứ đức còn là đối trọng cho người Mệnh Vô Chính Diệu, nhắc nhở người vốn sẵn tính buông thả phải biết giữ lễ nghĩa mới sống hòa hợp với mọi người xung quanh. Như câu "giấy rách phải giữ lấy lề", cần bù đắp thêm phúc đức.

(Trích theo sách Tử Vi Khảo Luận – Hoàng Thường, Hàm Chương)

Tang Môn – Thái Tuế

Người Vô Chính Diệu thường bị hoàn cảnh bên ngoài ảnh hưởng và dễ thay đổi, vì không có chính tinh làm nền tảng cho tính cách và cuộc đời. Tuy nhiên, xét theo vị trí Mệnh, trong trường hợp Mệnh Vô Chính Diệu nằm trong tam hợp của vòng Tang Môn, người này vẫn là người lo tính toán. Nếu thân có Bạch Hổ, đây là người lao động cần cù, rất thật thà và tỉ mỉ trong công việc.

TÀI BẠCH THIÊN LƯƠNG HÓA QUYỀN LONG TRÌ TAM THAI QUAN PHÙ PHỤC BINH THIÊN KHÓC			
	TRIỆT LÁ SỐ THAM KHẢO **VUA LÊ LỢI** **ÂM NAM** **ÂM DƯƠNG THUẬN LÝ** **49 TUỔI (1433 – QUÝ SỬU)** NĂM:1385 (1385) ÁT SỬU THÁNG: 9 (8) ÁT DẬU		**MỆNH (THÂN)** PHƯỢNG CÁT GIẢI THẦN BÁT TỌA BẠCH HỔ PHI LIÊM
THIÊN DI THIÊN CƠ CỰ MÔN HỮU BẬT HÓA LỘC LỘC TỒN ÂN QUANG THIỀN GIẢI HÓA TINH TANG MÔN	NGÀY:10 (7) MẬU TÍ GIỜ: 23:07 NHÂM TÍ MỆNH: HẢI TRUNG KIM CỤC: THỦY NHỊ CỤC		**TUẦN**
	QUAN LỘC THÁI ÂM THÁI DƯƠNG THANH LONG HOA CÁI HÓA KY THÁI TUẾ PHÁ TOÁI		

Vô Chính Diệu Toàn Thư – Tác giả Rosy Rain

Lá số tham khảo Vua Lê Lợi -Dương lịch: 10-9-1385, 23 giờ.

Mệnh Thân: đồng cung tại Dậu (Kim), vô chính diệu, có Bạch Hổ (Kim) tọa thủ. (Bạch Hổ khiếu Tây Sơn, sinh ban đêm: hiển đạt)

Cung Quan Lộc: Thái Dương – Thái Âm đồng cung, hội Thái Tuế, Thanh Long + Hóa Kị.

Cung Tài Bạch: Thiên Lương + Hóa Quyền, có Quan Phù, Phục Binh.

Cung Thiên Di: Cự Môn tại Mão, hội Song Lộc.

Cung Tật Ách: nhị hợp với Mệnh, có Tử Tướng, hội Hóa Khoa, Xương, Khúc.

Lá số đặc biệt: Vô chính diệu + Nhật Nguyệt chiếu hư không + Tứ Linh hội Trung tinh đắc cách (Song Lộc, Tam Hóa Liên Châu tại Tài, Ách, Di; Thanh Long ngộ Hóa Kị tại Quan).

Theo *Lam Sơn thực lục*, Lê Lợi mặt vuông, mắt sáng, mũi cao, miệng rộng, vai trái có 7 nốt ruồi, tóc và lông đầy người; mạnh mẽ, đi như Rồng, bước như Hổ, tiếng nói vang như chuông.

Đặc điểm Mệnh Thân: tự lập, cuộc đời trước sau như một, ít bị ảnh hưởng ngoại vật. Ở vị trí Tam Hợp (Thái Tuế – Quan Phù – Bạch Hổ), thể hiện sứ mạng vì Nước vì Dân. Bạch Hổ độc thủ tại Mệnh Thân chỉ rõ tinh thần gắng công, kiên nhẫn, bất chấp gian khổ trong 10 năm chiến đấu chống ngoại xâm.

Le Loi was born on 10/09/1385 in Lam Son (Tho Xuan District, Thanh Hoa province)

Vô Chính Diệu Toàn Thư – Tác giả Rosy Rain

Mệnh Vô Chính Diệu ở Tứ Sinh có Địa Không – Địa Kiếp

Cung Vô Chính Diệu là cung không có chính tinh, vì vậy người mệnh Vô Chính Diệu từ lúc sinh ra đã không có người định hướng và giúp đỡ.

Người Vô Chính Diệu cần có sát tinh đắc địa như Địa Không – Địa Kiếp đồng cung mới mong khá. Như vậy, mệnh phải đóng tại Tứ Sinh: Dần, Thân, Tỵ, Hợi.

Khi mệnh đóng tại bốn cung trên, người Vô Chính Diệu có Địa Không – Địa Kiếp đồng cung hoặc xung chiếu thường là người làm việc liều mạng, bất chấp hiểm nguy, tìm đường sinh trong cửa tử.

Cung Nô Bộc Vô Chính Diệu

Các cung trong mệnh bàn Tử Vi đẩu số là những mắt xích liên hoàn. Mỗi cung, ngoài tính chất thông thường theo ý nghĩa của tên gọi, còn có công dụng và lực tác động khác ở tầng "huyền nghĩa". Do đó, cung nào cũng quan trọng như cung mệnh, bởi nói cho đúng thì cung mệnh chỉ là một trong mười hai cung. Đối với mệnh bàn, nó chỉ chiếm tỉ lệ 1/12; nếu lúc luận mệnh chỉ xem xét các sao ở cung mệnh là thiên lệch.

Đối với cung mệnh, thì cung Nô là một trong các cung lục thân. Xét về huyền nghĩa, cung Nô còn gọi là cung giao hữu, đại biểu cho những người thân hữu, những bậc cao niên, hoặc những người ngang vai và nhỏ tuổi, những người có ảnh hưởng tới cuộc sống của ta.

Cung Nô đối nhau với cung Huynh Đệ, cũng có ảnh hưởng quan trọng.

Huyền Nghĩa : huyền diệu, huyền bí, huyền ảo, ý nghĩa huyền dịu

Vô Chính Diệu Toàn Thư – Tác giả Rosy Rain

So sánh Cung Nô Bộc và Cung Mệnh để thấy nặng nhẹ

Anh em nhiều hay ít thì xem tinh hệ ở cung Huynh Đệ để luận đoán.

Nhưng bạn bè tương giao nhiều hay ít thì xem ở cung Nô Bộc.

Tính chất các sao ở cung Nô đương nhiên có thể hiện thị quan hệ tương giao, nhưng nếu tổ hợp sao ở cung Nô quá mạnh mà các sao ở cung Mệnh lại yếu, thì chủ về bị người có vai thấp hơn mình lấn át.

Ngược lại, nếu các sao ở cung Mệnh quá mạnh, còn các sao ở cung Nô quá yếu, thì chủ về người có vai thấp hơn không trợ lực, phàm việc gì mình cũng phải đích thân làm.

Cho nên, khi luận về mối quan hệ nhân tế với hậu bối, thân tín, hay người có vai thấp hơn, vẫn phải lấy sự trung hòa làm tiêu chuẩn.

Cổ nhân có câu: *"Sao Lộc ở cung Nô Bộc, dù có làm quan cũng bôn ba."*

Hễ cung Nô có Lộc Tồn, thì Kình Dương và Đà La ắt sẽ chiếu xạ cung Mệnh, báo trước cuộc đời thông thường chủ về bôn ba.

Đặc điểm Cung Nô Vô Chính Diệu

Cung nô là cung vị Tình nhân.

Bạn bè, người giúp việc thường không bền. Nếu gặp được tôi tớ đắc lực thì cũng chỉ được một thời gian ngắn, không lâu dài.
Người có cung nô vô chính diệu: cuộc đời thường giúp người nhiều hơn là được người giúp lại, vì khi cung nô vô chính diệu tức bản thân ở thế khiến nhiều người thèm khát, nhưng lại khó kết thân tri kỷ lâu bền.

Nếu có Thiên Mã hay Ân Quang, Thiên Quý tam hợp thì bạn tốt thường là người ở phương xa.
Nếu có Nhật Nguyệt sáng sủa thì bạn bè tốt.
Nếu có Tuần, Triệt thì trước khó khăn, sau dễ dàng.

Cung nô vô chính diệu thì bản thân cũng không đặt nặng vấn đề phải có bạn. Nếu bạn bè không tốt, đương số cũng dứt khoát không quan hệ.
Đặc biệt, cung nô vô chính diệu thường báo hiệu cuộc sống hôn nhân tốt hơn.

Vô Chính Diệu Toàn Thư – Tác giả Rosy Rain

Tổng quát sơ lược cung Quan Lộc

Cung Quan Lộc còn gọi là cung Sự nghiệp. Luận đoán cung Quan ở thời nay khó hơn thời xưa. Nghề nghiệp của cổ nhân khá đơn thuần, không phức tạp như ngày nay. Cung Quan đối cung Phu Thê và tương hội với cung Mệnh và cung Tài trong tam hợp.

Ảnh hưởng của hôn nhân đối với sự nghiệp, nhất là các sao trong cung Phu Thê có tính chất quý báu (Phong Cáo, Quốc Ấn, Quang Quý…), cũng là điểm tượng lợi về vợ chồng hợp tác sáng lập sự nghiệp. Vợ chồng đồng cam cộng khổ, từ xưa đã vậy.

Các sao ở cung Quan cũng ảnh hưởng đến hôn nhân. Để luận đoán về công danh lợi lộc, cần lưu ý một điều: sự thành bại của sự nghiệp không phải là sự thành bại của hôn nhân. Cho nên các sao ở bản cung Quan quan trọng hơn các sao ở cung đối.

Vô Chính Diệu Toàn Thư – Tác giả Rosy Rain

So sánh cung Quan Lộc và cung Phu Thê về mặt ảnh hưởng lẫn nhau

Thí dụ: Cung Quan có nhiều sao cát, cung Phu Thê cũng nhiều sao cát, sẽ chủ về vợ chồng cùng nhau lập sự nghiệp, hoặc hai bên cùng phát triển thành công, quan hệ vợ chồng cũng hạnh phúc.

Thí dụ: Nếu cung Quan có các sao sát, cung Phu Thê cũng có sao hung, thì vợ chồng nên tự phát triển sự nghiệp riêng. Vì khi cả hai cung đều có sao sát, sao hung thì sự nghiệp của hai người không thể trợ giúp lẫn nhau, tuyệt đối không nên hợp tác.

Cung Quan đối nhau với cung Phu Thê, thời xưa thường nói: "Trai sợ chọn lầm nghề, gái sợ chọn lộn chồng." Cho nên cổ nhân cho rằng nam mệnh nên xem trọng cung Quan Lộc (Sự nghiệp), gọi là cường cung. Nữ mệnh thì nên xem trọng cung Phu Thê. Tuy nhiên, ý nghĩa này về cơ bản không nên phân biệt hai cung này thành "cường cung" và "nhược cung".

Cung Quan Lộc có Địa Không; Cung Phu Thê có Địa Kiếp

Hai cung Quan và Phu Thê rất kị, một cung có Địa Không, một cung có Địa Kiếp (chỉ hai cung Dần và Thân mới có cách cục này). Chủ về bản thân vì người bạn đời mà sự nghiệp gặp bất lợi.

Thí dụ: vì chiều theo ý người phối ngẫu mà phải hi sinh một công việc khá tốt. Nhưng hai bên không thể cả nể nhau mãi, vì vậy điều này cũng ảnh hưởng đến hạnh phúc hôn nhân.

			Phu Thê **Địa Kiếp**
Quan Lộc **Địa Không**			

Cung Quan có Địa Không – Địa Kiếp tọa thủ thường thích hợp với những nghề hiếm gặp hoặc những nghề có tính chất đột xuất, cùng với phương pháp làm ăn ngoài dự liệu của mọi người. Không – Kiếp đóng cung Quan cũng chủ về nhân tài chuyên nghiệp.

Đà La đóng cung Quan, sự nghiệp phát triển chậm, có sự chìm nổi bất thường, khó ngồi yên để hưởng thụ thành tựu.

Kình Dương: ngày xưa chủ về võ nghiệp, thời nay thường chủ về chuyên viên khoa học kỹ thuật.

Hỏa Tinh, Linh Tinh: chủ về sóng gió, trắc trở mới đến thành công, cho nên thường phải trải qua nhiều gian khổ mới lập được sự nghiệp.

Vô Chính Diệu Toàn Thư – Tác giả Rosy Rain

Cung Quan Lộc có Thái Dương – Cự Môn

Cung Quan có các sao sát tinh thì chưa chắc đã là không tốt. Cần phải nắm vững tính chất hung của chúng để luận đoán nên làm những nghề nghiệp nào, tức là vận dụng phép "theo cát tránh hung".

Thí dụ: Thái Dương – Cự Môn chủ về nên dùng tài ăn nói để kiếm tiền, như công việc dạy học hoặc luật sư. Nếu gặp Hóa Kị thì có thể theo những ngành nghề liên quan đến hình phạt, kỷ luật.

Cung Quan có Lộc Tồn cũng không nhất thiết luận là giàu có, thông thường chỉ hợp với việc kinh doanh sự nghiệp có sẵn, hoặc làm công việc hưởng lương. Nếu đi cùng Không – Kiếp thì dễ thay đổi, có phản ứng sai lầm.

Khi luận đoán sự nghiệp, cần xem thêm cung hạn. Nếu cung Quan tốt nhưng hạn mình đi đến lại xấu, thì không nên tự lập sự nghiệp riêng quá sớm. Đây chính là cách hóa giải để tránh những sự phá tán hay thất bại.

Cung Quan Lộc Vô Chính Diệu – Tổng Luận

Cung Quan Lộc vô chính diệu: không có chính tinh tọa thủ, cho nên công việc hay nghề nghiệp thường khó gắn bó với một nghề lâu dài. Khi còn đi học, ý muốn theo một ngành nhưng sau này lại làm nghề khác.

Công việc ổn định thì thường là công việc xa nhà. Cung Quan vô chính diệu cũng là số xuất ngoại tốt, còn nếu ở tại nơi sinh thì công việc thường xuyên thay đổi. Công danh thường đến chậm, hơi thiếu chủ động, thích hợp hơn với vai trò phó thay vì đứng đầu.

Người có cung Quan vô chính diệu thường làm nhiều nhưng không được ghi nhận, hưởng thành quả không xứng đáng. Trong cuộc đời thường có giai đoạn làm việc âm thầm, ít người biết đến.

Quan vô chính diệu không nên đặt nặng địa vị, chức vụ, vì khó được như ý. Nên tập trung vào chuyên môn thay vì theo đuổi quyền lực. Nếu có Tuần, Triệt, thì lúc đầu bị trở ngại nhưng về sau sẽ ổn định.

Vô Chính Diệu Toàn Thư – Tác giả Rosy Rain

Luận Bàn Về Cung Điền Trạch – Xem Tang Sự Ở Cung Điền

Thời nay, cung Điền Trạch thường được dùng để luận việc mua bán bất động sản, tính chất đầu cơ, và cần kết hợp thêm cung Tài Bạch để xem xét đầy đủ. Còn khi luận về tang sự, cung Điền Trạch đặc biệt chính xác trong trường hợp con trai đích tôn. Cung Điền cũng có thể coi là nơi làm việc, công ty của mình, để xem bản thân có tham gia trực tiếp công việc trong công ty hay không. Cung Điền là "Ngã" cung, đối xung với cung Tử Tức là "Tha" cung. Cung Tử Tức liên quan đến việc tiêu xài, còn cung Điền là nơi cất giữ, tích trữ – tức "kho giữ tài phú". Nguyên tắc là nhập chứ không xuất, nên chủ về sự giàu có. Nếu cung Điền có nhiều sao mạnh và tứ hóa, thì biểu hiện năng lực cạnh tranh cao. Ngoài ra, cung Điền còn phản ánh tình cảm trong gia đình. Nếu có Hóa Kị, bản thân dễ bị tổn thương về chuyện tình cảm, thường sau khi đã có quan hệ như vợ chồng thì mới thật sự ổn định. Cung Điền có Phi Liêm thì nhà dễ có mối mọt, hoặc khu nhà ở nhiều côn trùng.

- Cung Điền = Gia trạch, nhà ở, sinh hoạt gia đình

- Cung Điền = Sản nghiệp

- Cung Điền = Tang chế

Vô Chính Diệu Toàn Thư – Tác giả Rosy Rain

Cung Điền Trạch Vô Chính Diệu

Người có cung Điền Trạch vô chính diệu thường không mua bất động sản ở nơi sinh ra. Nếu có thì rất có thể đứng tên dưới người khác, như người phối ngẫu hoặc con cái.

Khả năng cao là thuê nhà bên ngoài để ở, hoặc sống trong nhà của người phối ngẫu hay người thân đứng tên.

Người có cung Điền Trạch vô chính diệu lại dễ có nhiều bất động sản ở nơi khác. Cần xem cung xung chiếu là cung Tử Tức để luận đoán, nếu có nhiều sao tốt tụ tập thì khả năng sở hữu nhà đất ở xa càng cao.

Khi đương số ra đời, gia đình thường đang gặp khó khăn về kinh tế, sau đó mới khá dần lên.

Cách cục cung Điền Trạch vô chính diệu cũng thường chủ về đi nước ngoài để phát triển.

Phần 4

Vô Chính Diệu Toàn Thư – Tác giả Rosy Rain

Cung Mệnh Vô Chính Diệu

Nói tới chuyện tình yêu, bất luận có thành hay không, người mệnh vô chính diệu thường khổ sở hơn người bình thường rất nhiều. Họ thường thấy lan man, bất định, hoặc bị đối tượng làm cho cảm thấy bất định.

Điểm quan trọng là cá tính của đối tượng thường giống như đương số, giống như thấy chính mình trong gương. Cho nên những lời khen hay chê của đối tượng, họ sẽ không bao giờ quên, vì đó là điểm hiểm yếu nhất trong mọi mặt của họ.

Bạn nào đang yêu người vô chính diệu nên cẩn trọng với lời khen chê của mình, vì họ rất nhạy cảm với những lời động viên hay chỉ trích từ người họ yêu và để ý. Đây cũng chính là điểm yếu của người vô chính diệu trong tình cảm.

Nữ Mệnh Thiên Cơ thủ cung Phu Thê hoặc tổ hợp Thiên Cơ đóng cung Phu Thê

Riêng người nữ mệnh Thiên Cơ; Cơ – Âm; Cơ – Lương ở cung Phu Thê biểu thị người phối ngẫu đa tài. Phần lớn họ rất tinh ý, hiền hòa, bình dị, và người phối ngẫu thường là người tốt.

Nhưng đôi khi họ cũng làm cho người khác phát điên. Về cơ bản, bạn muốn gì, họ cũng đáp ứng, chuyện gì họ cũng nói "tốt tốt", nhưng khi làm việc thì hay do dự, không quyết đoán, hay lần lữa.

Họ thường hay nói: vì bạn, họ sẽ làm rất nhiều việc, nhưng cuối cùng khó làm tốt được việc nào. Động cơ là "không muốn làm người yêu buồn", phần nhiều khiến bạn đời dở khóc dở cười, vừa thương vừa bực.

Cung Thiên Di Vô Chính Diệu

Khi cung Thiên Di vô chính diệu, người ta phải mượn các sao ở cung Mệnh để luận đoán. Như đã nói từ những phần đầu, cung Vô Chính Diệu là cung nhiều biến số li kỳ, nên trường hợp cung Thiên Di vô chính diệu cũng có nhiều biến số.

Người có cung Di vô chính diệu thường phải đi xa, nhưng cũng có thể luôn bận rộn, không có cơ hội đi xa, hoặc lịch làm việc hằng ngày không cho phép đi xa quá nhiều. Chuyện đi xa đối với họ không mang ý nghĩa lớn, và đôi khi đi xa lại là điều bất tiện.

Cung Di vô chính diệu thường mang nỗi lo lắng thầm kín, khó bày tỏ. Phạm vi ảnh hưởng vừa lớn vừa rộng, nên cần xem cả cung Phu Thê và các sao ở cung Phúc Đức để định xem có thể đi xa hay không.

Thí dụ: Nếu cung Di vô chính diệu mà cung Phúc có Sát Phá Tham, thường người này hay đi xa. Nếu có Hóa Kị, mục đích đi xa có thể là để giải quyết các vấn đề phiền phức, thuộc về nhiệm vụ, chứ không phải đi du lịch.

Trường hợp cung Phu Thê vô chính diệu, người này thường lo lắng vì chưa có người yêu. Sau khi kết hôn, nếu cung Di và cung

64

Thê đều vô chính diệu, tình trạng hôn nhân dễ gặp sóng gió, trắc trở, không thuận lợi, phải lo toan nhiều hơn người khác.

Ngược lại, nếu chỉ có cung Di vô chính diệu nhưng có chính tinh, người này có thể làm chủ hoàn cảnh. Điều này cũng có nghĩa là, lúc đầu đi hay không đi không quan trọng, vì bản thân họ không quá quan tâm đến thế giới bên ngoài.

Về tiền đồ tương lai, người có cung Di vô chính diệu thường theo thời gian mà thay đổi; họ không có hoài bão lớn hay chí hướng cao xa.

Cung Thiên Di vô chính diệu, Hóa Kị hoặc sát tinh tọa thủ cung Di

Mệnh vô chính diệu, cung Thiên Di có Hóa Kị: kết cấu này không được tốt, vì Hóa Kị trực xung cung Mệnh, dễ mang tai ách cho bản thân. Người mệnh vô chính diệu bản vị của họ là ở cung Tật Ách, nhưng phần nhiều dễ bị hoàn cảnh bên ngoài ảnh hưởng.

Cái ấn tượng đầu tiên thường có tác động rất lớn với người vô chính diệu. Họ thường hay trầm tư; muốn biết phương cách suy nghĩ thì cần nghiên cứu cung Tật Ách, vì cung Mệnh không có sao chính tinh nên người vô chính diệu không bộc lộ bản thân trong những hoàn cảnh không quen thuộc.

Đây là nguyên tắc luận đoán thông thường đối với trường hợp mệnh vô chính diệu, nhưng không nên hiểu rằng người vô chính diệu không có chủ kiến. Trái lại, họ rất chấp trước kiến giải của mình và khó thay đổi.

Người vô chính diệu, Thiên Di có Tứ Hóa: cuộc đời hay "đây mai đó", dịch động.
Người vô chính diệu, Thiên Di có Hóa Kị: thường cảm thấy bị chìm trong áp lực, tiền đồ tương lai toàn màu xám.

66

Trong tình cảm, mối tình đầu khả năng thất bại rất cao và dễ trở thành nỗi đau khắc cốt ghi tâm.

Lưu ý: Cung Thiên Di có nhiều sát kị tinh, trong tình cảm người làm tổn thương mình thường là người phối ngẫu hoặc người yêu có lời nói, hành vi không đúng đắn dẫn đến chia tay. Cung Thiên Di có hung tinh tọa thủ: hoàn cảnh bên ngoài không lý tưởng, hoặc mình bị nơi đất khách quê người không thừa nhận, khiến lòng đầy sầu muộn, cô đơn.

Bản vị:

- Bản = gốc

- Vị = ngôi, vị trí

- Bản vị là tiêu chuẩn gốc, điểm xuất phát để luận đoán và so sánh trong tử vi.

Vô Chính Diệu Toàn Thư – Tác giả Rosy Rain

Vô chính diệu ở Tứ Mộ

Chính diệu là chính tinh; Vô chính diệu là cung không có chính tinh tọa thủ. Vô chính diệu ưa sát tinh đắc địa hợp hành. Vô chính diệu đắc Tam Không cần người mạng Hỏa hoặc Kim, phụ nữ hưởng lợi hơn nam giới về yếu tố này

- Vô chính diệu ở Tứ Mộ cần có Tuần/Triệt án ngữ hoặc các sao sáng sủa hội họp cứu giải, như vậy suốt đời no ấm.

- Tứ Chính (các cung Tí và Ngọ) là vị trí chủ về đào hoa. Trong trường hợp người mệnh Vô Chính Diệu hội tụ nhiều sao mờ ám hoặc sao xấu, đời sống thường gặp khó khăn, thậm chí có thể gặp vận hạn sớm. Hình tượng "đào hoa mới nở đã bị mưa vùi dập" minh họa sự bất lợi trong duyên tình.

- Khi Vô Chính Diệu có Hóa Lộc tọa thủ, chủ về giàu có nhưng tuổi thọ có thể giảm; ngược lại, nếu không có Hóa Lộc, chủ về cuộc sống giản dị, nghèo khó nhưng trường thọ hơn.

- Tứ Sinh (các cung Dần, Thân, Tỵ, Hợi) biểu thị đặc tính tự hào cao, khuynh hướng khoe khoang và ưa tôn vinh bản thân. Thể trạng tương đối khỏe mạnh, ít mắc bệnh, mặc dù vóc dáng trung bình, tầm thước. Tứ Chính (Tí, Ngọ, Mão, Dậu) cương nghị, khẳng khái, cứng rắn, mạnh về tinh thần; sức khỏe ổn.

- Đế vượng Tứ Mộ (các cung Thìn, Tuất, Sửu, Mùi) biểu thị đặc tính mềm dẻo, biết thân phận và tránh làm phiền người khác. Thể trạng tương đối yếu hơn so với Tứ Sinh và Tứ Chính. Bốn cung thuộc Tứ Mộ đều mang hành Thổ; cung Mệnh và cung Thiên Di cũng thuộc Thổ, trong khi các cung khác có tính chất khắc chế lẫn nhau.

Mỗi cung Sinh, Chính, Mộ đều là cung Dương hoặc Âm. Cung Dương vẫn mang tính chất cung Sinh (Tứ Sinh). Người cung Dương có phần kiên quyết hơn, vì được sinh nhập, nên chu đáo và cẩn thận hơn. Ví dụ, mệnh an tại cung Thìn (Dương) kỹ tính hơn; còn mệnh an tại Dậu (Âm) có phần đoản hơn.

Nếu cung an mệnh ở cung Âm, vẫn mang tính chất Tứ Sinh, Chính, Mộ nhưng hòa hợp hơn, vì cung Âm sinh xuất nên rộng rãi, bao dung.

Vậy xét theo tính chất cung Sinh, Chính, Mộ, người ở Tứ Mộ có vẻ thiệt thời nhưng không nhất thiết như vậy, vì mệnh ở Tứ Mộ hay được Hóa Cái.

- Hóa Cái: hiển vinh, dễ có công danh, nhất là đi với Thái Tuế; tuy nhiên vẫn cần xét thêm nhiều yếu tố khác.

- Tứ Mộ là cung vị trung gian giữa Tứ Sinh và Tứ Chính, tính chất là bốn cung Thổ nuôi dưỡng. Lộc Tồn không về đất Tứ Mộ.

Vô Chính Diệu Toàn Thư – Tác giả Rosy Rain

Cung Phúc Đức – Căn nguyên của mệnh

Cung Phúc là căn nguyên của cung mệnh, tọa hóa nhân quả và phản ánh phúc phần mà cá nhân thừa hưởng từ tổ tiên. Đây cũng là nơi lưu giữ phúc ấm để lại cho con cháu, đồng thời phản ánh nghiệp báo từ kiếp trước. Về bản chất, cung Phúc biểu thị phúc khí và phẩm đức của bản thân, thuộc lĩnh vực tinh thần, giống như cung Quan Lộc, chủ về trạng thái cảm thụ, sinh hoạt tinh thần, EQ và độ nhạy bén.

Qua cung Phúc, có thể luận đoán:

- Quan niệm, lý tưởng, sở thích của cá nhân.

- Xu hướng tâm lý: lạc quan – bi quan, tích cực – tiêu cực.

- Nguy cơ rối loạn tâm lý như trầm cảm, tự kỷ.

Cấu trúc cung Phúc kết hợp với cung Tật tạo thành Thất Tình – Lục Dục, phản ánh cảm xúc và ham muốn căn bản của con người:

- Thất Tình: hỷ (mừng), nộ (giận), ai (buồn), ố (ghét), ái (yêu), lạc (vui), dục (muốn).

- Lục Dục: sắc (nhìn), thanh (nghe), hương (ngửi), vị (ăn), xúc (tiếp xúc), pháp (ý tưởng, quan điểm).

71

Cung Phúc đối chiếu với cung Tài Bạch, do đó quan hệ mật thiết giữa phúc phần và vật chất. Ngoài ra, cung Phúc còn liên quan tới cung Phu Thê, phản ánh duyên phận hôn nhân: hạnh phúc hay bất toàn, "thiên trường địa cữu" hay "hữu danh vô thực", thậm chí quyết định khả năng lập gia đình của cá nhân.

Khí số trong bối cảnh này hiểu là vận mệnh, số phận của cá nhân, ví dụ: "khí số của triều đại ấy đã hết rồi."

Tuyến Phúc – Năng lực tài chính của cá nhân

Cung Phúc phản ánh phúc phần và phẩm đức, đồng thời biểu thị năng lực tài chính và xu hướng hưởng thụ của cá nhân.

- Hướng hưởng thụ: biểu hiện khuynh hướng tiêu xài tiền bạc, hưởng phước vật chất, ăn mặc, tài lộc sung túc hoặc thiếu thốn.

- Tác động lên thân thể: hình thức hưởng thụ có liên quan đến sức khỏe.

- Phụ nữ: cung Phúc liên quan trực tiếp đến sinh đẻ và nuôi dưỡng con cái.

Vô Chính Diệu Toàn Thư – Tác giả Rosy Rain

- Tài lộc: tiền bạc chủ yếu mang tính ngẫu nhiên, may rủi, không phải do kế hoạch hay cố gắng cá nhân.

Cung Phúc còn phản ánh tình trạng hôn nhân:

- Phản ánh người phối ngẫu, cách thức sinh hoạt hôn nhân, hành vi của người phối ngẫu sau kết hôn, cũng như trạng thái buồn – vui.

- Trong hệ thống 12 cung, cung Phúc đối chiếu với cung Tài Bạch, hợp lại thành Thái Cực – Tuyến Tài Phúc, tức là năng lực quản lý và phát triển tài chính của cá nhân.

Phân loại theo mặt tinh thần:

- Cung Tật Ách: thuộc về Tâm, liên quan đến áp lực, bệnh tật, hoặc khía cạnh tâm lý.

- Cung Phúc Đức: thuộc về Dục, liên quan đến nhu cầu, ham muốn, hưởng thụ, tài lộc, và hạnh phúc cá nhân.

Vô Chính Diệu Toàn Thư – Tác giả Rosy Rain

Cung Phúc Vô Chính Diệu gặp Tuần/Triệt

Cung Phúc Vô Chính Diệu gặp Tuần hoặc Triệt thường biểu thị cuộc đời xa cách họ hàng, anh em, khó hưởng được tổ nghiệp của cha ông.

- Dòng họ ly tán.

- Thân tâm vất vả.

- Tay trắng lập nghiệp.

- Số xa cách người thân.

Lưu ý: Cung Phúc không ưa Tuần hoặc Triệt án ngữ, kể cả khi là cung Phúc Vô Chính Diệu.

Vô Chính Diệu Toàn Thư – Tác giả Rosy Rain

Cung Phúc Đức Vô Chính Diệu về hôn nhân và tình cảm

Hôn nhân của người có cung Phúc Vô Chính Diệu thành bại phụ thuộc vào nỗ lực cá nhân; để lập gia đình bền lâu, đương số phải chủ động vun đắp. Cung Thiên Di và cung Phu Thê là tam hợp với cung Phúc Đức, ảnh hưởng trực tiếp đến hôn nhân.

1. Người cung Phúc Vô Chính Diệu khó lập gia đình hoặc lập gia đình muộn. Bản thân rất quan tâm và muốn bảo vệ hạnh phúc gia đình.

2. Trong tình cảm trước hôn nhân, thường gặp sóng gió và trắc trở, báo hiệu hôn nhân không thuận lợi. Trường hợp không kết hôn chính thức, duy trì quan hệ sống chung đôi khi ổn định hơn.

Khuyến nghị: Để người phối ngẫu sống cùng tới bạc đầu, đương số phải nỗ lực và chủ động duy trì mối quan hệ mới đạt được như nguyện vọng.

Cung Mệnh Vô Chính Diệu kết hợp với Phúc Vô Chính Diệu

Người có Mệnh Vô Chính Diệu kết hợp Phúc Vô Chính Diệu thường kết hôn muộn. Trước tuổi trung niên, nếu gặp người vừa ý, cần hiểu biết và ý thức trách nhiệm, nếu không dễ xảy ra biến động trong tình cảm.

Mệnh + Phúc + Điền đều Vô Chính Diệu thể hiện:

1. Có xu hướng xuất ngoại hoặc sống xa quê hương.

2. Sau này sinh sống xa làng xóm nơi sinh ra.

3. Người phối ngẫu thường ở phương xa, thuận lợi cho hôn nhân xa.

4. Yêu nhau ở xa dễ nên duyên vợ chồng.

Nguyên nhân là do người Mệnh Vô Chính Diệu dễ bị ảnh hưởng bởi thế giới bên ngoài, nên sống xa nơi sinh ra thường thuận lợi. Bất kể xuất ngoại, du học, hay công tác xa, người này thường không ở lâu tại một chỗ. Ngay cả khi làm việc trong nước, do hoàn cảnh nghề nghiệp hoặc môi trường, họ cũng dễ phải thuê nhà bên ngoài để sinh sống.

Vô Chính Diệu Toàn Thư – Tác giả Rosy Rain

Cung Phúc Đức Vô Chính Diệu + Linh Tinh Đồng Cung

Trường hợp đặc biệt: Phúc Đức Vô Chính Diệu đồng hội Linh Tinh.

Linh Tinh khi nhập cung Phúc Đức tạo nên trạng thái "bề ngoài bình an, nội tâm dao động". Tác động này thể hiện qua tâm trạng biến hóa, khó ổn định cảm xúc, dù hành vi thường biểu hiện bình tĩnh.

Phúc Đức Vô Chính Diệu vốn thiếu sao chính tinh, cho thấy đời sống cá nhân đôi khi thiếu định hướng, khả năng tự chủ yếu, và trong tình cảm có xu hướng thất thường, bảo thủ. Khi hội Linh Tinh, điều này nhấn mạnh tính chất dao động trong tình cảm, dễ phát sinh các mối quan hệ phức tạp, biến động.

Cung Phúc Đức trong trường hợp này chỉ báo rõ ràng về sự không ổn định trong tình cảm và hôn nhân; người sở hữu cấu trúc này thường dễ bị cảm tình chi phối, thay đổi sở thích, và trải qua nhiều mối lo về hôn nhân.

Định nghĩa Cung Phụ Mẫu và Tứ Hóa tại Cung Phụ Mẫu

Cung Phụ Mẫu biểu thị mối quan hệ di truyền, tính tình, hình thái, sức khỏe; về bản chất, đây là cung văn thư. Cung này tượng trưng cho người cấp trên, trưởng bối, hoặc những người lớn tuổi có ảnh hưởng trực tiếp đến cuộc sống cá nhân.

Tác động Tứ Hóa tại cung Phụ Mẫu:

- **Hóa Lộc:** Song thân có nhiều cảm xúc, đa tình; môi trường gia đình ấm áp, giàu tình cảm.

- **Hóa Quyền:** Bản thân thường cảm nhận áp lực từ phụ mẫu; song thân có khuynh hướng gia trưởng.

- **Hóa Khoa:** Song thân văn nhã, bản thân dễ có năng lực học tập cao, trí tuệ sáng.

- **Hóa Kị:** Quan hệ của song thân trong gia đình dễ xảy ra va chạm, mâu thuẫn, oán hận; bản thân di truyền thể chất yếu, khi nóng giận dễ phát lời khắc nghiệt.

Cung Phụ Mẫu Vô Chính Diệu

Người có Cung Phụ Mẫu Vô Chính Diệu thường trải qua tuổi thơ vất vả; mối quan hệ tình cảm giữa bố mẹ và đương số có phần xa cách, mặc dù vẫn tồn tại tình thương yêu. Trong một số trường hợp, người này có thể được nuôi dưỡng xa cha hoặc mẹ từ khi còn nhỏ.

Đặc điểm cơ bản:

- Đương số phải tự tay xây dựng cuộc sống, ít nhận được phúc ấm trực tiếp từ bố mẹ.

- Không có số hưởng di sản vật chất từ cha mẹ.

- Người cung Phụ Mẫu Vô Chính Diệu thường sớm rời xa gia đình; việc tạo nghiệp sớm giúp thuận lợi cho con đường cá nhân.

- Cách cục này thường thích hợp với xuất ngoại, đi xa, và có cơ hội thành công, phát triển công danh.

Lưu ý luận đoán: Cần kết hợp xem xét Thái Âm – Thái Dương trong lá số để hiểu rõ thêm tính chất hình khắc giữa hai đời, ảnh hưởng đến quan hệ gia đình và mối quan hệ song thân.

Vô Chính Diệu Toàn Thư – Tác giả Rosy Rain

Phần 5: Mệnh Thiên Đồng – Cự Môn và Mệnh Vô Chính Diệu

Vô Chính Diệu Toàn Thư – Tác giả Rosy Rain

18. Mệnh Vô Chính Diệu tại Mão, Dương – Lương xung

19. Cung Thiên Di có Dương – Lương

20. So sánh Mệnh Vô Chính Diệu tại Mão và Dậu, Dương – Lương xung

Trong 12 cung của lá số Tử Vi, tồn tại 6 cặp cung đối xứng, lấy trục Sửu – Mùi làm ranh giới ngày và đêm. Trục này tạo nên 12 cách cục Vô Chính Diệu đối xứng, tương ứng với 24 trường hợp Vô Chính Diệu như sau:

- Vô Chính Diệu Sửu – Mùi: Nhật – Nguyệt xung, Vũ Khúc – Tham Lang xung đối, Thiên Đồng – Cự Môn xung đối.

- Vô Chính Diệu Dần – Thân: Cự – Nhật xung đối, Thiên Đồng – Thiên Lương xung đối, Thiên Cơ – Thái Âm xung đối.

- Vô Chính Diệu Mão – Dậu: Cự – Cơ xung đối, Tử Vi – Tham Lang xung đối, Thái Dương – Thiên Lương xung đối.

- Vô Chính Diệu Thìn – Tuất: Thiên Cơ – Thiên Lương xung đối.

- Vô Chính Diệu Tị – Hợi: Liêm Trinh – Tham Lang xung đối.

- Vô Chính Diệu Tý – Ngọ: Thiên Đồng – Thái Âm xung đối.

Ba loại tổ hợp của sao Thiên Đồng

Sao Thiên Đồng tại mười hai cung có sáu loại phối hợp, hấp thụ ảnh hưởng của ba tinh diệu Thái Âm, Cự Môn, Thiên Lương. Sắp xếp như sau:

- Tại Tý – Ngọ cung, Thiên Đồng cùng Thái Âm đồng cung.

- Tại Mão – Dậu cung, Thiên Đồng cùng Thái Âm xung đối.

Khu vực Tý, Ngọ, Mão, Dậu là đất Đào Hoa, vì vậy ảnh hưởng đến tính chất Thiên Đồng. Cổ nhân cho rằng nữ mệnh gặp sự phối hợp này, tuy đẹp nhưng dễ dâm. Khi đồng cung Thái Âm tác động khá mạnh, còn xung đối mức độ nhẹ hơn.

- Tại Sửu – Mùi cung, Thiên Đồng cùng Cự Môn đồng cung.

- Tại Thìn – Tuất cung, Thiên Đồng cùng Cự Môn xung đối.

Khu vực Thìn, Tuất, Sửu, Mùi là đất Tứ Mộ, nhưng Cự Môn lạc hãm khi vào tứ Mộ địa cổ ca: "Mộ địa ứng hiềm hãm Cự Môn".

Vô Chính Diệu Toàn Thư – Tác giả Rosy Rain

Vì vậy, Thiên Đồng chịu ảnh hưởng khi Cự đồng cung hoặc xung đối. Ví dụ, nữ mệnh có tổ hợp này thường hay quan sát, bàn tán xã hội, như "Thái thái đoàn" – vừa chơi mạt chược vừa bàn luận về việc người khác.

- Tại Dần – Thân cung, Thiên Đồng cùng Thiên Lương đồng cung.

- Tại Tị – Hợi cung, Thiên Đồng cùng Thiên Lương xung đối.

Khu vực Dần, Thân, Tị, Hợi là nơi Tứ Trường Sanh, có lợi nhất cho Thiên Đồng, có thể gia tăng "Phúc Trạch", nhưng kết cấu này vẫn tiềm ẩn những rủi ro nhất định.

Mệnh Thiên Đồng – Cự Môn

Khu vực Thìn, Tuất, Sửu, Mùi thuộc Tứ Mộ địa, nhưng Cự Môn khi nhập tứ Mộ thường ở thế lạc hãm cổ ca: "Mộ địa ứng hiểm hãm Cự Môn", do đó ảnh hưởng trực tiếp đến Thiên Đồng khi đồng cung hoặc xung đối. Nữ mệnh sở hữu tổ hợp này thường có tính cách quan sát tinh tế, thích giao tiếp xã hội, đồng thời hay nhận xét, đánh giá người khác, ví dụ như vừa tham gia sinh hoạt, vừa bàn tán về năng lực, địa vị hay sự thành bại của các gia đình xung quanh.

Ngoài ra, Mệnh Thiên Đồng nhị hợp Tham Lang và luôn có Thái Dương cư Phúc, cho thấy sức ảnh hưởng mạnh mẽ đến cung Phúc, đặc biệt về mặt hưởng thụ tinh thần, cảm xúc và lối sống. Thái Dương chủ về trí lực và tư duy, vì vậy đương số dễ gặp căng thẳng, stress, đôi khi dẫn đến suy nghĩ tiêu cực. Tác động này cũng lan rộng đến các cung khác, đặc biệt liên quan đến sự nghiệp, cho thấy mệnh Thiên Đồng – Cự Môn vừa mang yếu tố nhạy bén và tinh tế, vừa tiềm ẩn những thách thức về tâm lý và quản lý cảm xúc.

Vô Chính Diệu Toàn Thư – Tác giả Rosy Rain

Thiên Đồng – Cự Môn đồng độ tại Sửu – Mùi

Khi Thiên Đồng – Cự Môn đồng độ tại hai cung Sửu – Mùi, cung tam hợp bao gồm Thiên Cơ độc tọa, Thái Dương và Thiên Lương mượn sao an cung.

- Cự Môn là ám tinh, trong khi Thiên Đồng chủ về tâm trạng. Khi đồng độ, hai sao này làm nổi bật yếu tố u ám trong tâm trạng hoặc tình cảm.

- Dương – Lương tại Mão tốt hơn so với Dậu, vì Dương Lương ở Dậu là "mặt trời lặn về Tây", ánh sáng và độ nóng giảm, do đó khả năng giải u ám kém hơn. Vì vậy, Cự – Đồng tại Sửu ít u ám hơn so với tại Mùi.

- Thiên Cơ trong tam hợp không nên hội Hóa Kỵ, vì dễ hình thành tính toán nội tâm, dẫn đến kế hoạch sai lầm.

- Cự – Đồng không thuận với Kình Dương đồng cung; nếu thêm sát tinh hoặc Hóa Kỵ, đương số dễ bị người khác gây tổn hại thầm lặng hoặc áp chế. Ngược lại, trong một số trường hợp, điều này cũng có thể tạo cơ hội làm ăn, nhưng đồng thời khiến người khác can thiệp, dè chừng.

THIÊN CƠ	TỬ VI		PHÁ QUÂN
THẤT SÁT			
PHÚC DƯƠNG - LƯƠNG			LIÊM TRINH THIÊN PHỦ
VŨ KHÚC THIÊN TƯỚNG	**MỆNH** CỰ - ĐỒNG ⬅➡ THAM LANG		THÁI ÂM

Mệnh Cự Môn - Thiên Đồng và Nghề Nghiệp

Bộ Cự – Đồng ưa hội các sao Xương, Khúc, Khôi, Việt, Tả Hữu, hoặc tam hợp, giáp biên, là cách mệnh cát lợi, có Phú Quý. Người có cách mệnh này thích hợp làm công chức, giáo dục, xí nghiệp hoặc tập đoàn lớn, đồng thời có thể theo các nghề quảng cáo, truyền thông.

Vô Chính Diệu Toàn Thư – Tác giả Rosy Rain

Vận trình đời người mệnh Cự – Đồng thường trải qua giai đoạn vất vả, cần chăm chỉ, sau đó mới đạt được thành tựu. Khi Cự – Đồng gặp Tứ Hóa như Hóa Lộc, Hóa Quyền, mệnh trở nên cát lợi: tay trắng làm nên sự nghiệp, trải qua sóng gió và trắc trở nhưng đạt kết quả tốt. Ngược lại, nếu Cự – Đồng gặp Hóa Kỵ, tinh thần dễ bị u ám, cuộc sống gặp nhiều khó khăn.

Cự – Đồng không ưa sát tinh hội họp; gặp Xương Kị hoặc Khúc Kị, cuộc đời dễ gặp rắc rối, đặc biệt trong tình cảm, quan hệ giao tế kém, nội tâm đau khổ, cần kết hợp luận Thái Dương để đánh giá ảnh hưởng.

Cự – Đồng tại Mùi:

- Nam mệnh: thích hợp các nghề sử dụng khẩu tài, giao tiếp để kiếm thu nhập.

- Nữ mệnh: có thể theo nghề hóa trang, tạo kiểu tóc, cắm hoa, nấu nướng, tức những công việc dùng miệng lưỡi để truyền đạt, hưởng thụ hoặc giáo dục. Nhìn chung, cách cục này chủ về nghề nghiệp sử dụng ngôn ngữ và kỹ năng giao tiếp.

Xem Hạn cho người Mệnh Cự – Đồng

1. Hạn Vũ – Tướng:

Người Cự – Đồng thường ưa gặp hạn này. Đây là vận hội tốt, tuy nhiên vẫn cần đề phòng u ám hoặc những áp lực tinh thần bất ngờ.

2. Hạn Dương – Lương:

Nếu có thêm Khoa, Quyền, Lộc, đây là vận tốt, chỉ xuất hiện cảm giác áp lực nhẹ. Nếu gặp Hóa Kỵ, Khốc, Hư, Kình hoặc sát tinh, Cự – Đồng có thể dễ rơi vào sử dụng độc chất, mất cân bằng tinh thần, cảm giác bị tổn thương, đồng thời hạn có thị phi, kiện tụng nếu thêm Thiên Hình.

3. Hạn Xương – Khúc Kỵ:

Chủ về phá tài, tổn thất, tang sự, sức khỏe yếu và dễ bị tác động bởi người khác.

Lưu ý: Người Thiên Đồng – Cự Môn không ưa gặp Dương Lương Hóa Kỵ, vì dễ dẫn đến tình yêu không bình thường, cảm giác u ám, đau khổ nội tâm, đặc biệt liên quan đến chuyện yêu đương và cảm xúc cá nhân.

Vô Chính Diệu Toàn Thư – Tác giả Rosy Rain

Mệnh Vô Chính Diệu Mùi, Thiên Đồng – Cự Môn Đối Cung

Các sao ở cung này được Thái Âm và Thái Dương hội chiếu, đồng thời có Thiên Lương ảnh hưởng đến tính chất của Cự Môn, biến điều tiếng, thị phi, tranh chấp, kiện tụng thành thảo luận, nghiên cứu học thuật (TLNCHT). Thực chất, đây cũng là một dạng "tranh tụng", gọi là "tự tụng", bởi để nghiên cứu sâu một môn học, con người phải trải qua sự giao tranh giữa cái tôi hôm nay với cái tôi của ngày hôm qua, từ đó mới có tiến bộ. Nếu biết vận dụng tinh hệ này một cách thích hợp, người mệnh này sẽ có tiếng tăm và uy tín rõ ràng.

Thiên Cơ	Tử vi	**Mệnh**	Phá Quân
Thất Sát			
Thái Dương Thiên Lương			Liêm Trinh Thiên Phủ
Vũ Khúc Thiên Tướng	**Thiên Di** Thiên Đồng Cự Môn	Tham Lang	Thái Âm

90

Người sinh năm Ất	Cơ Lương Tử Âm
Người sinh năm Đinh	Nguyệt Đồng Cơ Cự
Người sinh năm Tân	Cự Nhật Khúc Xương
Người sinh năm Quý	Phá Cự Âm Tham
Dễ tạo được sự nghiệp lớn Thiên Đồng+ Hóa lộc: hưởng thụ nhiều Cự môn + Hóa lộc: tăng thu nhập	

Mệnh Vô Chính Diệu Mùi, Thiên Đồng – Cự Môn Đối Cung

- Tình cảm và hôn nhân

- Người này khó thành thân, không quá quan tâm tuổi tác, dễ vợ chồng chênh lệch tuổi.

- Người phối ngẫu thông minh, nhiều ảo tưởng, thường làm nghề tự do hoặc thay đổi công việc thường xuyên.

- Có Kình Dương là tính cách thay đổi mạnh; phù hợp quân nhân, cảnh sát, vận động viên.

  Khuyên: Hỗ trợ phối ngẫu quản lý tài chính.

Cung Tật Ách có bộ Vũ Khúc – Thiên Tướng

Mệnh Vô Chính Diệu Giáp Tử vi – Phá Quân

Người này bên ngoài nhu thuận nhưng bên trong ý kiến và quan điểm khó thay đổi; vẻ ngoài nhẫn nhịn cao nhưng bên trong cứng cỏi.

- Cung Huynh Đệ có Tử Vi cư Ngọ (bề trên).

- Cung Thân – Phụ Mẫu có Phá Quân: không thích bị quản thúc, mối quan hệ gần gũi như anh em và cha mẹ kiểm soát hoặc áp đặt rất cao.

Người này nhẫn nhịn, không muốn mâu thuẫn, nhưng nếu quá mức sẽ đấu đến cùng. Là mẫu người nhiều ý tưởng; khả năng thực hiện chưa rõ, nhưng một khi quyết định hay tin gì thì khó thay đổi, mặc dù bên ngoài không bộc lộ, chủ yếu thể hiện tính ngang bướng.

Cách Cục Minh Châu Xuất Hải

Mệnh ở cung Mùi mượn Thiên Đồng – Cự Môn tại cung Sửu để an sao, được Dương Lương ở cung Mão và Thái Âm ở cung Hợi hội chiếu.

- Thái Dương ở Mão là "Nhật Chiếu Lôi Môn".

- Thái Âm cư Hợi là "Nguyệt Lãng Thiên Môn".

Hai sao này giải u ám của Cự – Đồng, thậm chí còn biến Cự – Đồng trở nên tích cực, "sáng sủa". Cổ nhân gọi đây là Minh Châu Xuất Hải.

Ngược lại, nếu mệnh an tại Sửu mượn Cự – Đồng tại Mùi, không đúng cách Minh Châu Xuất Hải. Về tài chính, phải lao tâm mới tích lũy được của cải, và cuộc đời vẫn dễ gặp tranh chấp về tiền bạc.

Cung Quan Lộc Thái Âm, Tài Bạch Dương – Lương

- Chủ về địa vị xã hội, quyết định mức tiền tài. Tuy nhiên, tài chính vẫn có những khúc bất ngờ: nếu hội cát hóa thì tạo sự ganh ty, còn hội sát tinh thì đôi lúc gặp túng thiếu.

- Đặc tính người này nhiều ý tưởng; nếu có Không – Kiếp, thì không thực chất, đôi khi có xu hướng rụt rè. Nguyên nhân là do mệnh giáp Tử Vi – Phá Quân, chịu ảnh hưởng của cung Bào và Phụ Mẫu, những người giỏi, kiêu ngạo và độc đoán, kẹp mình ở giữa khiến hành động và quyết định trở nên rụt rè.

- Tuy nhiên, sâu trong lòng (cung Tật Ách có Vũ Tướng), người này không bao giờ mất lòng tin hay suy giảm tinh thần.

- Tật Ách ở các cung Dần, Hợi, Tị, Thân: dễ mắc bệnh mãn tính, kéo dài.

Mệnh Vô Chính Diệu tại Sửu – Thiên Đồng – Cự Môn Đối Cung

- Cung Tứ Mộ: Người mệnh tại Mùi và Sửu có đặc tính chung là "tầm ngầm tầm ngầm mà đánh chết voi", tức thông minh một cách âm thầm.

- Thường không thích tham gia vào tranh luận gay gắt, đặc biệt với người nhà (anh em, cha mẹ). Thuộc mẫu người có cơ sở và suy nghĩ logic. Điều họ sợ nhất là những kẻ vô tích sự, sống thừa.

- Người này chăm chỉ, làm việc và học hành đều đặn, có nguyên tắc riêng, luôn nỗ lực theo hướng của bản thân.

- Thích triết lý, ham học hỏi; bề ngoài có vẻ khinh bạc, khó kết bạn, nhưng bên trong dễ rối loạn tâm lý, trầm cảm, lo âu. Đây là điểm khác biệt so với người mệnh Vô Chính Diệu an tại Mùi. Họ dễ cảm thấy cô đơn, lạc lõng, bất mãn.

- Khuyên: Gia đình và người thân nên thường xuyên động viên, khuyến khích, bởi người cách cục này rất cần sự tín nhiệm và tôn trọng.

Vô Chính Diệu Toàn Thư – Tác giả Rosy Rain

		QUAN LỘC	
		THIÊN GIẢI ĐIẾU KHÁCH PHỤC BINH QUẢ TÚ	

TRIỆT			

LÁ SỐ PRINCESS OF WALES CATHERINE 9

ÂM NỮ
ÂM DƯƠNG THUẬN LÝ

		THIÊN DI

NĂM: 1982(1981)   TÂN DẬU
THÁNG: 1(12)   TÂN SỬU
NGÀY: 9 (15)   NHÂM THÌN
GIỜ: 19:07   CANH TUẤT

LỘC TỒN
BÁT TỌA
THIÊN QUAN
ĐỊA KIẾP
THÁI TUẾ
THIÊN KHỐC

MỆNH
THÁI DƯƠNG
THIÊN LƯƠNG

TẢ PHỤ
HÓA QUYỀN
TUẾ PHÁ
PHI LIÊM
THIÊN HƯ

MỆNH: THẠCH LỰU MỘC
CỤC: MỘC TAM CỤC

	TUÀN	**TÀI BẠCH (THÂN)**
		THÁI ÂM
		HỮU BẬT THANH LONG THIÊN MÃ TANG MÔN CÔ THẦN

96

Vô Chính Diệu Toàn Thư – Tác giả Rosy Rain

Lá số nữ mệnh Dương Lương, Hóa Quyền, Tả Hữu, Đế Vượng. Cung Quan vô chính diệu, đắc cách *Minh Châu Xuất Hải*.

Quả Tú ở đây là thế "một người trên vạn người" (Quả nhân).

Cái hay của lá số là Tuần – Triệt đóng đúng cung.

Nhưng vẫn không phải là lá số của người có cuộc sống nội tâm bình an, vì cung Phu và Phúc Đức nhiều muộn phiền, khó giải bày. Cuối đời có nhiều màu sắc của tâm linh, tín ngưỡng.

Nữ mệnh Thái Dương cư Mão, Thìn, Tỵ, Ngọ, nếu không hội hợp sát tinh thì là mẫu phụ nữ làm lợi cho chồng con.

Thái Dương ngộ Thiên Lương

Bản thân tuân thủ nguyên tắc quá mức mà thành như nhân vật nổi tiếng chỉ biết làm theo một định kiến hoặc nghề nghiệp nhất định, ngược lại mà không nhận ra được cái chung, đại chúng trong xã hội.

Đương nhiên, lý thuyết trên chỉ là những đặc tính rất cơ bản, chi tiết cụ thể vẫn là ở sự tương tác biến hóa với các tinh diệu khác mà thành.

Thiên Lương cùng Thái Dương cấu thành tinh hệ, dễ dàng hình thành cách cục "Dương Lương Xương Lộc", tức là gia hội Văn Xương và Lộc Tồn. Cách này lợi nhất khi tham gia thi cử, đặc biệt là các kỳ thi quốc gia trọng yếu, rất có lợi. Bởi vậy, người vốn có đủ cách cục này dễ dàng trở thành nhân tài chuyên nghiệp hoặc người nghiên cứu học thuật.

Ngay cả khi không có Văn Xương và Lộc Tồn, kết cấu Thái Dương – Thiên Lương kỳ thực cũng có lợi cho con đường nghiên cứu học thuật. Vì lý do đó, ngược lại, đương số nếu theo con đường chính trị sẽ là một sự mạo hiểm rất lớn; hoặc nếu theo nghiệp kinh thương buôn bán thuần túy, cũng dễ gặp biến đổi bất ngờ.

Vô Chính Diệu Toàn Thư – Tác giả Rosy Rain

Mệnh Vô Chính Diệu tại Dậu – Thái Dương, Thiên Lương đối cung

Người Vô Chính Diệu tại cung Dậu, có Thái Dương – Thiên Lương ở đối cung, đặc biệt thích hợp với nghiên cứu học thuật. Tuy nhiên, dù có thể đạt địa vị xã hội cao, giàu có, nhưng thành tựu thường phát muộn, chủ yếu sau tuổi 40.

- Thái Dương: lan tỏa.

- Thiên Lương: ấm tinh, chủ thiện.

- Phúc – Thái Âm: tài, phúc, nghệ thuật.

Tính tình yêu ghét rõ ràng, có tính tranh đua, cá tính mạnh, mạnh dạn theo đuổi mục tiêu. Bề ngoài nghiêm trang, nhưng cung Tử Tức có Tử Vi, cung Điền có Tham Lang, nếu lại gặp thêm các sao Đào Hoa thì hôn nhân không đơn thuần, duyên phận khó được viên mãn.

Trong tam hợp có Cơ, Cự, Đồng; nếu cung Tài có Không – Kiếp thì nên theo các nghề liên quan đến tôn giáo, huyền học hoặc mệnh lý

Vô Chính Diệu Toàn Thư – Tác giả Rosy Rain

Mệnh Vô Chính Diệu tại Mão – Thái Dương, Thiên Lương đối cung

Người Vô Chính Diệu tại Mão, có Thái Dương – Thiên Lương ở đối cung, thích hợp với nghề nghiên cứu học thuật, công tác pháp luật, hoặc các ngành nghề mang tính phục vụ xã hội. Có năng khiếu sáng tác văn nghệ, có thể theo ngành khai báo hải quan, ẩm thực… Những công việc này thường hao tổn tinh thần lúc đầu, nhưng danh lợi sẽ đến về sau.

Từ trung niên cần chú ý bệnh huyết áp. Nhìn chung, người Vô Chính Diệu tại Mão có Dương – Lương đối cung là mẫu người thông minh, mẫn cảm, tế nhị, có tài nhưng không gặp thời; tuổi trẻ vất vả, trung niên mới được an nhàn.

Về hôn nhân: thường khó mỹ mãn, người phối ngẫu có tướng mạo bình thường, cách cục này chủ kết hôn muộn, con cái không nhiều.

Mệnh Vô Chính Diệu được Dương – Lương xung chiếu, nếu cung Di gặp Văn Xương, Văn Khúc hoặc Lộc Tồn thì đại cát, ra ngoài thường được gần gũi với người phú quý, có danh tiếng. Là mẫu người giao thiệp rộng, ra ngoài hay được bề trên giúp đỡ.

Có câu phú: *"Thiên Lương gia cát tọa Thiên Di, Cự Thương cao cổ"* – nghĩa là nếu hội cát tinh thì số dễ phú quý, làm đại thương, có tiếng tăm. Cách cục này nên đi ra ngoài và chủ động thì sẽ thuận lợi hơn là ngồi chờ may mắn; ra ngoài luôn tốt hơn ở nhà.

Đây là mẫu người có tư duy riêng. Trong đời thường vướng thị phi, công việc dễ thay đổi, môi trường sống cũng hay biến động. Giới bạn bè (cung Nô Bộc) đa phần là người có chút tài trí, nhờ chủ động ngoại giao mà tìm được công việc. Nếu gặp hãm địa thì cuộc đời phải tự lập; gặp Tứ Sát, Không – Kiếp thì hữu danh vô thực.

Nhìn chung, Dương – Lương ở Mão tốt hơn ở Dậu.

			Mệnh Vô chính diệu
Dương Lương			

Hình 1: Mệnh Vô chính diệu tại Dậu Dương Lương Đối Cung

Hình 2: Mệnh Vô chính diệu tại Mão Dương Lương Đối cung

			Dương Lương
Mệnh Vô chính diệu			

Mệnh tại Dậu và Mão – Giống và Khác

Giống: Cả hai đều cần thời gian tu dưỡng, rèn luyện mới thành công.

Khác:

- Mão (Âm Mộc): thành công âm thầm, ít phô trương.

- Dậu (Âm Kim): thành quả dễ thấy, có dấu hiệu cụ thể để theo đuổi.

Nhóm này mang tính Đào Hoa trầm lặng, sống kín đáo, đề cao chính trực.

- Mệnh Vô Chính Diệu ở Dậu: là cung vị Đào Hoa, nhưng không chủ động trong tình cảm; dễ bị đeo bám, tình duyên khó trọn vẹn. Công việc hợp với độc lập, làm việc chăm chỉ nhưng dễ bỏ ngang khi chán.

- Gia đình: mẫu người của gia đình, biết cân bằng cảm xúc, bao dung và gìn giữ hòa thuận.

Vô Chính Diệu Toàn Thư – Tác giả Rosy Rain

Phần 6

Vô Chính Diệu Toàn Thư – Tác giả Rosy Rain

Vô Chính Diệu Toàn Thư – Tác giả Rosy Rain

Đặc tính của Mệnh Thiên Đồng – Thiên Lương

Thiên Đồng – Thiên Lương đồng độ tại hai cung Dần, Thân, đối cung vô chính diệu, tam hợp có Thiên Cơ độc tọa và Thái Âm độc tọa, tạo thành cách "Cơ Nguyệt Đồng Lương" thuần túy. Người mang cách cục này thường tâm tính hiền hòa, thiện lương, sẵn sàng giúp đỡ người khác và lan tỏa năng lượng tích cực cho môi trường xung quanh. Dù gặp sát tinh hội chiếu cũng chỉ chủ về cuộc đời nhiều khó khăn, chứ không làm hỏng phẩm cách. Người có mệnh Đồng Lương thường có số làm thầy (thầy giáo, thầy thuốc hoặc nghề nghiệp mang tính lan tỏa kiến thức).

- Thiên Đồng chủ về tâm trạng.

- Thiên Lương chủ về nguyên tắc.

Hai sao này đồng cung khó tránh mâu thuẫn: nhiều khi dằng co giữa tính lãng mạn và tính nguyên tắc. Nếu có Hóa Kỵ thì chủ về cố chấp, tự cho mình là đúng. Gặp nhiều sao Hình thì tính nóng, nội tâm hoảng loạn. Gặp nhiều Đào Hoa thì dễ thành lãng tử phong lưu, khó tập trung làm việc lớn. Một đặc điểm riêng của cách cục này là không thích hợp cho nữ mệnh. Nữ mệnh gặp Thiên Đồng – Thiên Lương thường dễ rơi vào cảnh cô đơn, tình duyên cay đắng. Nếu cung Phu Thê có Cự Môn Hóa Kỵ, Không

106

Kiếp, thì càng ứng nghiệm. Tuy vậy, sự nghiệp lại tiến triển tốt: trải qua gian khó rồi mới phát triển rực rỡ. Do đặc tính của sao Thiên Lương, người có mệnh này khi nhỏ thường gặp biến cố gia đình, thậm chí bản thân có thể trải qua tai nạn suýt chết hoặc bạo bệnh, nhưng về sau lại khỏe mạnh, thay đổi như một con người khác.

Sự nghiệp của người Mệnh Đồng – Lương

Người Mệnh Đồng – Lương có sự nghiệp tương đối bình ổn, không chủ về phiêu lưu. Nếu được Khoa, Quyền, Lộc gia hội cùng Xương Khúc, Tả Hữu, Khôi Việt thì có thể đạt địa vị, danh tiếng. Thái Âm cư Tài chủ về nhàn cung, vì vậy không nên chọn công việc quá nặng nề hay đòi hỏi sức khai sáng quá lớn. Người mệnh này thích hợp đảm nhiệm những công việc cần tư duy, hoạch định, kế hoạch. Nếu có Xương Khúc thì phù hợp với văn hóa, học thuật, công chúng; gặp Long Trì, Phượng Các thì nổi danh trong giới nghệ thuật; còn Tả Hữu thì có thể phát triển trong giới chính trị. Căn bản, Đồng – Lương thường là kiểu làm công ăn lương, làm công chức hoặc làm việc trong các xí nghiệp, tổ chức lớn. Bản mệnh cũng có duyên với học thuật, nghiên cứu khoa học hoặc nghệ thuật, dễ gặt hái thành công ở những lĩnh vực này.

Vô Chính Diệu Toàn Thư – Tác giả Rosy Rain

Xét Hạn Người Mệnh Thiên Đồng – Thiên Lương

- Hạn Thái Dương: Khi người mệnh Đồng – Lương đi đến hạn Thái Dương thì được cát, đây là hạn khai vận, có ảnh hưởng quan trọng đến cuộc đời.

- Hạn Cự Môn: Nếu đi qua cung Phu Thê, những năm đó rất dễ gặp "tiếng sét ái tình", là hạn then chốt về tình cảm.

- Hạn Liêm – Tham: Không tốt cho người mệnh Đồng – Lương. Nếu lại gặp thêm Hình, Kỵ hoặc Sát tinh thì chủ về thất chí, nhiều thị phi, dễ vướng kiện tụng.

- Hạn Thái Dương có Lưu Hóa Kỵ: Nội tâm lo lắng, tâm lý mất quân bình, khó kiểm soát cảm xúc do nhiều toan tính. Dễ xảy ra bất hòa, tranh chấp bên ngoài. Dù có thu nhập nhiều cũng sẽ phải chi tiêu lớn.

- Đặc điểm cần lưu ý:

  o Đồng – Lương ưa hạn có tính tích cực, khí chất tương hợp thì mới phát huy được tài trí.

- Nếu gặp Thái Âm kèm Hóa Kỵ thì dễ biến thành tiêu cực, khó hòa hợp với mọi người, dễ vướng thị phi.

- Trong nhà có thể có tin người thân ốm đau, bệnh tật. Đây thường là năm tiểu hạn có Thái Dương gặp Lưu Hóa Kỵ, Tang Môn, Thiên Hình, Thiên Khốc. Bản thân có thể phải hao tốn một khoản tiền. Tuy nhiên, nếu vòng Trường Sinh rơi vào đất Thai thì mọi chuyện cũng nhẹ bớt.

- Lời khuyên: Nên cẩn trọng lời nói, giữ tinh thần vui vẻ, ổn định cảm xúc thì mới đạt thành tựu trong sự nghiệp.

Vô Chính Diệu Thiên Đồng – Thiên Lương Đối Cung

Cách Vô Chính Diệu Đồng – Lương đối cung: sự nghiệp liên quan đến ăn nói, giao thiệp, kế hoạch, nghiên cứu, kỹ năng. Người mệnh này có thể làm về tư pháp, y học, học thuật.

Nếu tam hợp có Xương Khúc, Tả Hữu, công danh phát triển trong các lĩnh vực nghiên cứu khoa học, văn học nghệ thuật, truyền thông đại chúng, y học, tướng số.

- Kinh doanh: nếu theo nghề này, dễ gặp điều không minh bạch; gặp sát tinh có thể liên quan đến trốn thuế.

- Hóa Kỵ trong tam hợp: không hòa thuận với cấp trên, dễ lời qua tiếng lại.

- Duyên bạn bè: vẫn có duyên gặp bằng hữu lớn tuổi trợ giúp (nếu không gặp Hình – Kỵ – Sung – Phá).

- Tài chính: dù giàu hay nghèo, chi tiêu nhiều, hay vì thể diện, hư vinh mà tốn kém; khó giữ được tiền.

Nếu cung Thiên Di có Thiên Mã, có số xuất ngoại; nếu không có, thường xuyên đi lại, di chuyển nhiều.

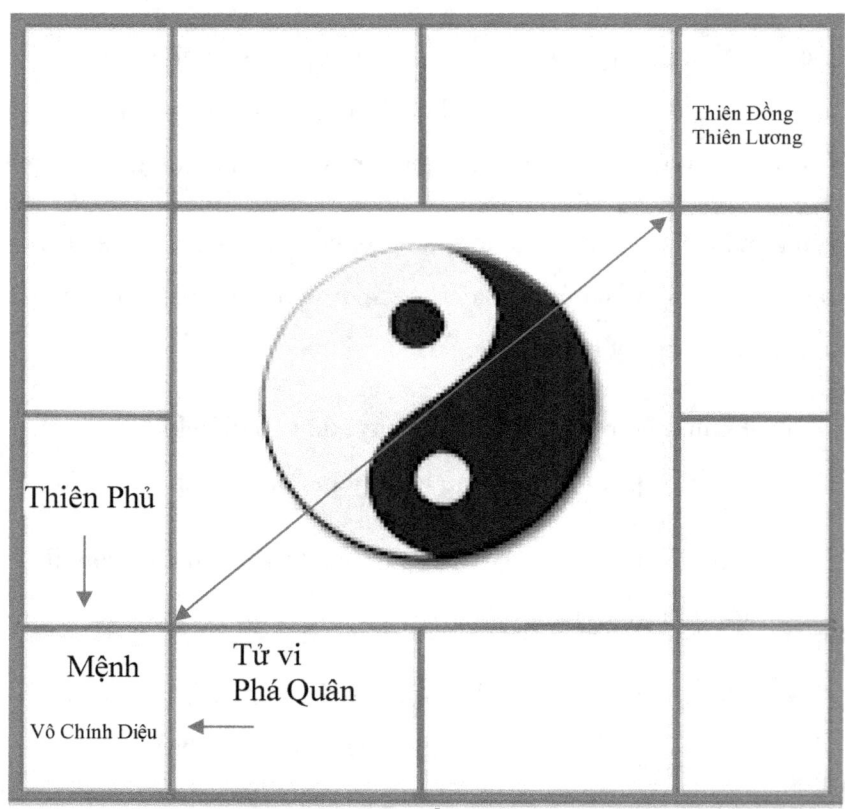

Mệnh Vô Chính Diệu Thiên Đồng- Thiên Lương Đối Cung

Vô Chính Diệu Toàn Thư – Tác giả Rosy Rain

Mệnh Vô Chính Diệu Đồng – Lương Đối Cung

Mệnh được Giáp Tử Vi – Thiên Phủ, tạo nên cách cục có sự cách điệu đặc biệt. Đây là mẫu người tốt, không phải người xấu; mệnh hay phúc đều thuộc kiểu thích làm việc thiện. Nếu đây là cung Tài Bạch, hậu vận có thể từ thiện một số tài sản cho bá tánh, chùa chiền, hoặc tặng người thân trong nhà.

Thiên Đồng – Thiên Lương đồng cung chủ về phẩm đức cao thượng. Tâm tính thiện lương, dù gặp sát tinh, cũng chỉ chủ về khó khăn cần hòa giải, chứ không làm xấu phẩm cách. Người có cách này thường kết hôn muộn, khá kén chọn nửa kia, hay do dự; thường vợ chồng chênh lệch tuổi, hoặc lập gia đình với người đã có con riêng. Khó sinh con. Sự nghiệp: Tay trắng lập nghiệp, thích hợp nghề y khoa, pháp luật, nghệ thuật biểu diễn, ngoại giao, quan hệ công cộng, quảng bá. Đi xa thường được kính nể, còn ở quê nhà thường bôn ba vất vả. Đặc điểm tình cảm: Trong đời sẽ có một khoảng tình cảm ghi dấu sâu sắc với người khác giới, nhưng bản thân khó kết hôn với họ; hoặc chân quý tình cảm nhưng không thể kết hợp được.

Cách điệu: Cách cục này là sự chắt lọc từ những đường nét, đơn giản nhưng nhấn mạnh yếu tố đẹp, chỉnh chu và thiện lương.

Mệnh Vô Chính Diệu tại Thân, Đồng – Lương đối cung

Người mệnh này rất cứng rắn, có ý chí, thích những việc thẳng thắn. Quan trọng với sự nghiệp, thông minh, có năng lực. Nếu cung Dần đồng thời tham gia, thường sẽ vất vả hơn, tính cách hơi chủ quan, nhưng nếu có nhiều cát tinh thì không quá khích, biết kềm chế để xử lý vấn đề. Thường xuyên mâu thuẫn với chính bản thân vì cung Tật nói lên khả năng hiểu ý người.

Dù mệnh đóng tại Dần hay Thân, cách cục này vẫn cần rèn luyện bản lĩnh, tự tin và kỹ năng giao tiếp.

Tổ hợp Thiên Đồng – Thiên Lương thường số làm thầy.

Các sao có duyên với thuật số, mệnh lý:

- Hóa Cái

- Thiên Hình (thẩm phán)

- Bạch Hổ

- Tang Môn

- Cô Thần

- Quả Tú

Vô Chính Diệu Toàn Thư – Tác giả Rosy Rain

Nhóm sao này thích hợp với mệnh lý Tứ Trụ.

Các sao thích hợp với Đẩu Số, Phong Thủy, Đạo Thuật:

- Thiên Lương

- Tham Lang (tôn giáo)

- Thiên Tướng

- Thiên Đồng (bốc dịch, học thuật, thuật số mệnh lý)

- Thái Dương – Cự Môn (Tử Vi đẩu số)

- Thái Dương: có tính động, liên quan đến động lực, năng lượng chiếu sáng, dịch vụ là đại biểu

- Cự Môn: nhà thuật số mệnh lý và các nghề dùng lời nói để mưu sinh

Lưu ý: Phần lớn cần nhiều sao trên tụ hội mới đủ để luận đoán; một sao đơn độc thường khó đưa ra kết luận.

Đặc Tính Mệnh Liêm Trinh – Tham Lang

Mẫu người Liêm – Tham tại Tỵ, Hợi

Hai cung Tỵ – Hợi khi Liêm – Tham đồng cung sẽ mang ý nghĩa khác nhau, tùy vào tinh đẩu trong tam hợp tạo thành cách cục riêng. Dưới đây là những đặc tính tiêu biểu:

- Dễ vô tình lạc vào phận đào hoa.

- Phát muộn (sau 30 tuổi).

- Giỏi giao tiếp, có tài ăn nói, nhưng đôi khi thiếu chủ kiến.

- Cung Phúc có Hóa Kỵ: thuở nhỏ thường gặp việc nguy hiểm.

- Hạn gặp Xương – Khúc: dễ có tai nạn xe cộ.

- Người Liêm Trinh không ưa đến hạn Văn Xương.

- Tuổi trẻ thường có xu hướng rời nhà đi xa.

- Liêm Tham + Hóa Kỵ: hay đổi nhiều ngành nghề.

- Liêm Tham + Thiên Mã: tuổi trẻ thường đi xa nhà.

Liêm – Tham ở Hợi:

- Có tài buôn bán, có tài nghệ.

- Gặp Hóa Lộc: tình cảm thuận lợi.

Vô Chính Diệu Toàn Thư – Tác giả Rosy Rain

- Gặp Hóa Kỵ: dễ tranh chấp.

Liêm – Tham ở Tỵ:

- Nam mệnh dễ sa vào chốn phong nguyệt, ưa rượu chè.

- Nếu có Lộc Tồn thì chủ về giàu sang.

Hạn vào Liêm – Tham:

- Thường có nhiều hiểu lầm.

- Không nên cờ bạc.

- Dù ở Tỵ hay Hợi, thường có tình duyên trắc trở, tình yêu để lại dấu ấn khó quên.

- Nếu Liêm – Tham ở đối cung vô chính diệu, hạn đó thường có chuyến đi xa.

Lưu ý:

- Cung Tỵ và Hợi có Liêm – Tham ở đối cung vô chính diệu không được gọi là cách Phủ Tướng Triều Viên.

- Ý nghĩa của cách cục "Phủ Tướng Triều Viên" là được quý nhân đề bạt, nâng đỡ.

Phủ Tướng Triều Viên Cách

1. Mệnh hoặc Thân phải có Thiên Phủ hoặc Thiên Tướng, không phải Mệnh Vô Chính Diệu (nếu VCD sẽ chịu ảnh hưởng của các cách Tử Sát, Tử Tham, Liêm Tham, Vũ Tham).

2. Thiên Tướng cần thủ ở miếu vượng và không gặp Không, Kiếp.

Ưu điểm: Phú quý song toàn, hưởng lộc dồi dào, quan hệ xã hội tốt, được quý nhân phù trợ.

Khuyết: Cẩn trọng trong tình cảm và hôn nhân, nhất là khi cung Phu Thê có Phá Quân hoặc Tham Lang.

Thiên Phủ Triều Viên

Thiên Phủ đóng tại Thìn, Tuất, đồng cung với Liêm Trinh, không bị sát tinh xung phá, chủ Quan cao, Phúc, Quý.

Nữ mệnh thì trung trinh, hiền thục.

Có thêm Tả Phù đi cùng, địa vị ngôi cao chót vót, càng thêm quý.

Khuyết điểm: bất lợi hôn nhân, nên kết hôn muộn.

Vô Chính Diệu Toàn Thư – Tác giả Rosy Rain

Vũ Khúc – Thiên Tướng Đồng Độ Cách

Vũ Khúc và Thiên Tướng đồng cung tại hai vị trí Dần hoặc Thân. Nhờ ảnh hưởng của Thiên Tướng, tính chất cương trực, cứng rắn của Vũ Khúc được điều hòa, khiến cách hành xử trở nên mềm mại, khéo léo và ôn hòa hơn.

So sánh với các tổ hợp khác của Vũ Khúc:

- Vũ – Phủ: Thiên Phủ cẩn trọng, tiết chế nên làm cho Vũ Khúc trở thành mẫu người "trong cương có nhu", vừa quyết đoán vừa kín đáo.

- Vũ – Tham: Tham Lang khéo léo, giỏi giao tế, điều hòa tính ham muốn vật chất của Vũ Khúc, khiến người này tuy trọng lợi nhưng biết tiết chế.

- Vũ – Tướng: Không khéo léo bằng Vũ – Tham, cũng không nhu thuận bằng Vũ – Phủ. Tuy nhiên, đây lại là mẫu người có lòng chính nghĩa, liêm khiết, sẵn sàng hy sinh và cống hiến cho tập thể.

Đặc tính của Vũ Tướng:

Sự kết hợp giữa Kim (Vũ Khúc) và Thủy (Thiên Tướng) được ví như dòng nước ấm hòa vào sắt thép, tạo thành sức mạnh vừa bền bỉ, vừa lan tỏa. Người mệnh Vũ Tướng có tinh thần công bằng, dũng cảm, nhiệt thành giúp đỡ tha nhân, vui vẻ trong việc phục vụ cộng đồng.

Ảnh hưởng và hạn chế:

Do bị Phá Quân xung chiếu, bộ Vũ Tướng chịu sự tác động mạnh mẽ:

- Khi gặp Kình Đà, Hóa Kỵ, chủ về tính khí bộc trực, dễ phát sinh mâu thuẫn nội tâm, hay rơi vào tranh chấp, kiện tụng.

- Chính nghĩa dễ bị chuyển hóa thành dục vọng quyền lực, khuynh hướng thống trị người khác, thường âm thầm từng bước thao túng.

Nữ mệnh Vũ Tướng:

Cung Phu có Tham Lang, hôn nhân thường khó thuận. Hạn gặp Vũ Tướng chủ về nhiều biến động: chồng có người thứ ba, tình cảm bất ổn, dễ sinh ly hoặc chia lìa. Đây là đặc sắc riêng của tinh hệ Vũ Tướng trong nữ mệnh.

Mệnh Vô Chính Diệu Có Liêm Trinh – Tham Lang Đối Cung

- Chủ về rời xa quê hương thì mới phát triển tốt. Người có mệnh cách này thường có tài ăn nói, giỏi giao tiếp, khéo ngoại giao, ngoại hình dễ nhìn.

- Người phối ngẫu là mẫu người có tình cảm phong phú, tính hay thay đổi nhưng bên trong lại bảo thủ. Đôi khi có phần lập dị. Trên mặt thường có vết sẹo, nếu không thì bản thân đương số cũng phải có một đặc điểm tương tự.

- Trước khi kết hôn thường trải qua nhiều khó khăn, bôn ba; sau kết hôn thì tính tình, thái độ thay đổi khác trước.

Về hôn nhân và gia đình:

- Người có mệnh cách này thường chọn bạn đời có điều kiện hơn mình về vật chất, gia thế hoặc địa vị xã hội, ít nhất cũng là người có năng lực.

- Thường bị cho là đa tình, nhưng sự đa tình trước hôn nhân sẽ chuyển hóa thành tính lo lắng, quan tâm và chăm sóc gia đình sau khi lập thân.

- Dễ lập gia đình với người xứ khác, hoặc sau khi kết hôn thường rời xa quê hương. Nếu trong tam hợp có Lộc Tồn, càng thuận lợi.

Về sự nghiệp:

- Có khả năng kinh doanh, buôn bán, nghệ thuật, phản ứng nhạy bén với cái đẹp, dễ thành công khi xuất ngoại.

- Nếu không có sát tinh, đây là người có tài chính trị, khả năng kiến giải đặc biệt.

- Nếu có sát tinh, tuy khéo ăn khéo nói bên ngoài nhưng bên trong lại thiếu thực tế, tình cảm dễ rối rắm.

- Khi gặp hạn Liêm – Tham, không nên thay đổi ngành nghề, tốt nhất nên thủ thành.

Tâm tính và sức khỏe:

- Đây là mệnh cách thường dễ cảm thấy cô đơn, bị bỏ quên, nên tham gia sinh hoạt văn nghệ, nghệ thuật để tinh thần bớt sầu khổ.

- Nữ mệnh nên cẩn thận các bệnh lây nhiễm qua đường máu.

Vô Chính Diệu Toàn Thư – Tác giả Rosy Rain

Cung Thiên Di bây giờ không nên có thêm Hóa Kỵ, dễ mang nhiều bực nhọc trong tình cảm.

Người Thân cư Di, cuối đời thường có cách ở riêng.

Vũ – Sát tuy cần có sao Lộc Tồn nhưng đi cùng Tả – Hữu đồng cung, vợ chồng không an phận, có khả năng xảy ra chuyện gió trăng bên ngoài.

(Cách này nặng ở Mệnh Vô Chính Diêu tại Tỵ có Liêm – Tham).

Người nữ mệnh có cung Phu thê Vũ Khúc – Thất Sát ở Mão, Mệnh vô chính diệu lại có Liêm Trinh – Tham Lang đối cung, thì rất kỵ gặp thêm Kình Dương hay Bạch Hổ đồng cung Phu thê. Ứng vào hạn này, bản thân hoặc người phối ngẫu dễ một lần gặp tai nạn. Khả năng kết hôn hai lần là rất cao.

Tam hợp này lại khó có sao Hóa. Bởi Thiên Phủ và Thiên Tướng vốn không có sao Hóa, nên rất ngại khi gặp sát tinh hay hình tinh đồng cung, tất phá cách cục, khó mong được quý nhân phò trợ, tiềm năng bản thân cũng khó phát huy.

Nếu được Xương Khúc, Tả Hữu, Quang Quý, Khôi Việt hội chiếu thì chẳng khác nào làn gió mát giữa ngày hè oi bức, hay như kẻ đang vác nặng mà có người gánh bớt trên vai.

Lời khuyên cho nữ mệnh Vô Chính Diệu, Phu thê Vũ Khúc–Thất Sát tại Mão, đối cung Liêm Trinh–Tham Lang:

1. Hôn nhân – Tình cảm: Tránh Kình Dương, Bạch Hổ đồng cung Phu thê; cân nhắc kỹ trước khi chọn bạn đời.

2. An toàn – Sức khỏe: Cẩn trọng tai nạn và căng thẳng trong những năm hạn xung.

3. Sự nghiệp – Quý nhân: Tận dụng Xương Khúc, Tả Hữu, Quang Quý, Khôi Việt; xây dựng quan hệ và khai thác năng lực.

4. Tâm lý – Phát triển bản thân: Rèn luyện giao tiếp, cân bằng cảm xúc; tham gia văn hóa, nghệ thuật để giảm căng thẳng.

Mệnh Vô Chính Diệu			
			Thiên Phủ
Phu Thê Vũ Khúc Thất Sát			
	Thiên Tướng		**Thiên Di** Liêm Trinh Tham Lang

Vô Chính Diệu Toàn Thư – Tác giả Rosy Rain

Thích Hợp cách kiếm tiền theo Can:

- Can Giáp – Mậu: Tiền đến từ bên ngoài, cơ hội ngoại cảnh (Thiên Di).

- Can Ất: Tiền do suy nghĩ, vận dụng trí óc, công việc trí thức (Phụ Mẫu).

- Can Bính – Nhâm: Tiền từ lớp hậu bối, hợp tác, học trò, con cái, hoặc sau sinh con (Tử Tức).

- Can Đinh: Tiền từ làm công, công việc chính (Nô Bộc).

- Can Kỷ: Tiền tích lũy cùng vợ/chồng, hoặc từ giải trí, hưởng lợi sau hôn nhân (Phu Thê).

- Can Canh: Tiền từ nghề phụ của gia đình, anh em (Huynh Đệ).

- Can Tân: Tiền từ mở tiệm, kinh doanh hoặc nghề nghiệp riêng (Tật Ách).

- Can Quý: Tiền tiêu thụ, phát sinh bên ngoài (Phúc Đức).

Vô Chính Diệu Toàn Thư – Tác giả Rosy Rain

Vô Chính Diệu – Tổng luận (Phần 7)

1. Nét đặc biệt của Mệnh Tử – Tham (Mão – Dậu)

2. Mẫu người thứ 1: Tử – Tham thiên về tôn giáo

3. Mẫu người thứ 2: Tử – Tham thiên về tôn giáo, nghề thuật số

4. Nét đặc biệt chính của mệnh Tử – Tham

5. Khác biệt giữa mệnh Tử – Tham và Thiên Không thủ mệnh

6. Mệnh Vô chính diệu tại cung Mão, Tử – Tham đối cung

7. Mệnh Vô chính diệu tại cung Dậu, Tử – Tham đối cung

8. Tham Lang thủ mệnh

9. Mệnh Thiên Cơ – Thái Âm

10. Một vài nét về sao Thái Âm

11. Thiên Cơ + Hóa Lộc và Cơ Âm + Thiên Riêu

12. Cơ Nguyệt Đồng Lương Cách

13. Giáp Tử Vi – Thiên Phủ

Vô Chính Diệu Toàn Thư – Tác giả Rosy Rain

Vô Chính Diệu Toàn Thư – Tác giả Rosy Rain

Nét đặc biệt của mệnh Tử – Tham (Mão – Dậu)

Tử Vi – Tham Lang:

Đào hoa phạm chủ, kỵ gặp Đào – Hồng, Riêu, Mộc Dục, Thiên Hỉ; dễ mất kiềm chế trước sự hấp dẫn của người khác phái.

- Tử Tham + Quyền: Phú quý đa tình, vẫn cần cạnh tranh mới đạt thành tựu.

- Tử Tham + Khoa: Có tiếng tăm, học hành thành tựu nhưng thiên về dục tình, ham muốn vật chất.

- Tử Tham + Hóa Lộc: Chủ về giao tế rộng rãi, ham muốn vật chất nhưng tài vận hạnh thông (Tham + Lộc: người khác mời bạn; Tham + Quyền: bạn mời người khác).

- Tử Tham + Hóa Kị: Giảm sắc thái đào hoa, nhưng tài năng khó phát triển; ham muốn vật chất khó toại nguyện.

- Tử Tham ưa Tả Hữu: Có tiền nhưng đến chậm; tuổi trẻ khốn khó; thích xã giao, quan hệ rộng trên thương trường; biết ăn nói, tận dụng quan hệ để gây dựng sự nghiệp.

- Không ưa Văn Xương, Văn Khúc: Xương Khúc làm tăng khuynh hướng chú trọng bề ngoài, không thật chất; lưu ý

Tử Tham không bao giờ hợp cách Giáp – Tả Hữu – Xương Khúc.

- Tử Tham + Sát Tinh: Hoạt động trong lĩnh vực thương mại, thị trường tranh chấp.

- Tử Tham + Hóa Cái và sao Không: Sinh nhai bằng hoạt động tôn giáo.

- Nữ Tử Tham + Đào Hoa sát tinh: Dễ rơi vào phong trần, phiêu bạc, di chuyển nhiều nơi ("tứ hải làm nhà").

- Tử Tham + Kình Dương hãm: Không nên; khuynh hướng trụy lạc, ham muốn vật chất quá mức.

Tử – Tham Mão – Dậu

Hai cung Mão và Dậu là vị trí không tốt cho sao Tử Vi, vì tại đây Tử Vi gặp Tham Lang hãm địa. Đế tinh nằm ở nơi bất lợi, khiến Tử Vi mất uy lực, dễ dẫn đến khuynh hướng chán đời, yếm thế, hoặc có xu hướng tìm đến lĩnh vực tâm linh, nơi tôn giáo để tìm bình an cho tâm hồn.

- **Cung Mão**: Phương Đông, hướng mặt trời mọc, biểu tượng ban mai.

- **Cung Dậu**: Phương Tây, hướng mặt trời lặn, biểu tượng hoàng hôn.

Hai cung Mão – Dậu tượng trưng cho khởi đầu và kết thúc của một ngày, cũng là biểu tượng "sớm nở tối tàn", "sớm nắng chiều mưa". Những biểu tượng này góp phần hình thành khuynh hướng bi quan và yếm thế của Tử Vi tại hai cung Mão – Dậu.

Ngược lại, Tham Lang bản tánh ham vui, thích náo nhiệt; khi hãm địa, tính ưa danh lợi càng mạnh, ba chữ "Tham – Sân – Si" đều hiện rõ. Khi Tử – Tham đồng cung, "Tham" dẫn đầu, lôi kéo Tử Vi vào vòng lẩn quẩn của thế tục.

Nét đặc biệt của mẫu người

Tử Tham Mão – Dậu

Phân biệt 2 mẫu người

TÂY

ĐÔNG

1. Mẫu người có khuynh hướng về tôn giáo

Mẫu người này thường có thiên hướng về tôn giáo rõ rệt từ nhỏ, gần như là bản tính trời sinh. Có những đứa trẻ được bố mẹ dẫn đến chùa, nhà thờ; một số bé chỉ làm theo bổn phận, nhưng cũng có những bé thực sự thích thú, tự ý học thuộc kinh sách, chủ động tham gia các sinh hoạt tôn giáo. Dần dần, ý tưởng về tôn giáo ở họ trở nên rõ ràng hơn so với các bạn cùng trang lứa.

Khi lớn lên, tùy hoàn cảnh và trải nghiệm cuộc sống, nội tâm họ thường chịu sự giằng co giữa đời và đạo, khiến cái nhìn về cuộc sống ít thấy màu hồng. Mức độ nghiêng về đời hay đạo còn phụ thuộc vào ảnh hưởng của các tinh đẩu đi cùng Tử-Tham. Người thì thích làm việc xã hội, người tu tại gia, còn có người tu hành từ khi còn nhỏ. Những biến chuyển này đều do tính trung hậu, phúc đức của Tử vi.

Tuy nhiên, ở Mão – Dậu, Tử vi đứng tại cung Tham Lang hãm địa, tượng trưng cho một đời khổ não, dù đã bước vào con đường tu hành, nợ trần vẫn chưa dứt.

Nét đặc biệt của mẫu người Tử – Tham Mão – Dậu

132

2. Mẫu người thứ hai – Tử Tham Mão Dậu

Mẫu người này, ở giai đoạn khởi đầu cuộc đời, hoàn toàn chưa có ý niệm mạnh mẽ về tôn giáo. Tuy nhiên, trong quá trình trưởng thành, họ có thể gặp những vấp ngã hoặc trải qua những nỗi đau chua cay trong cuộc sống, từ đó dẫn dắt họ đến với đạo.

Việc họ có thực sự đi vào con đường tu hành hay không còn phụ thuộc vào các tinh diệu đi cùng Tử-Tham. Chẳng hạn, nếu gặp Không Kiếp, khả năng và xác suất tu hành rất cao. Ngược lại, nếu gặp Xương Khúc, tâm họ vẫn vướng nhiều chuyện trần tục, nên khó mà đạt được sự giác ngộ trọn vẹn.

Vô Chính Diệu Toàn Thư – Tác giả Rosy Rain

Phân biệt 2 mẫu người: Tử-Tham thủ mệnh và Thiên Không thủ mệnh

Về phương diện tâm linh, cuộc đời của những người Tử-Tham Mão-Dậu thường ba chìm bảy nổi, thành bại thất thường, từ đời sống vật chất đến tình cảm đều đòi hỏi sự nỗ lực, phấn đấu của đương số. Cuộc đời của họ buồn nhiều hơn vui, ít khi được toại nguyện.

Điểm đặc biệt của mẫu người Tử-Tham Mão-Dậu là có lòng tín ngưỡng rất mạnh ngay từ thiếu thời; cuộc sống luôn bị giằng co giữa đời và đạo, điển hình như những người tu tại gia hoặc tu xuất.

Ngược lại, người có Thiên Không thủ mệnh không bi quan hay yếm thế như Tử-Tham Mão-Dậu. Họ chỉ hướng về tôn giáo khi gặp khó khăn, vấp ngã, hay trong những hoàn cảnh bất khả kháng, mang dáng dấp "bán thiên triết sĩ".

Theo cuộc đời và số mệnh – Tác giả: Nguyễn Phúc Vĩnh Tùng

H.1 Cuộc sống lãng mạn, thích gần nơi có sắc giới. Giàu sức tưởng tượng, cố chấp, kiêu căng, không chịu khuất phục người khác. Cuộc đời khó yên một chỗ, có thiên tính nhạy cảm.

Lưu ý: Tử-Tham gặp Không Kiếp hay Không Vong và Mệnh Tham Lang cư Ngọ là hai vị trí rất dễ có duyên với Phật pháp và tôn giáo.

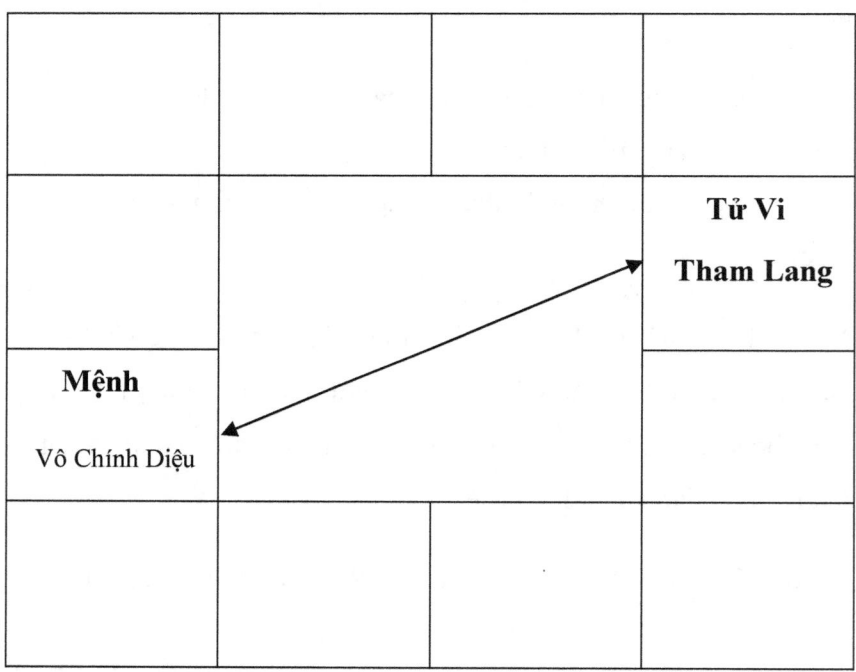

Vô Chính Diệu Toàn Thư – Tác giả Rosy Rain

H.2. Mệnh Dậu Vô Chính Diệu mượn Tử-Tham Mão

Mệnh này cần chú ý ham muốn vật chất, khuynh hướng trụy lạc. Quý nhân thường là anh em, không hợp bố mẹ. Hạn đến Tử-Tham, đào hoa nhẹ; nặng chỉ khi Tử-Tham tại mệnh.

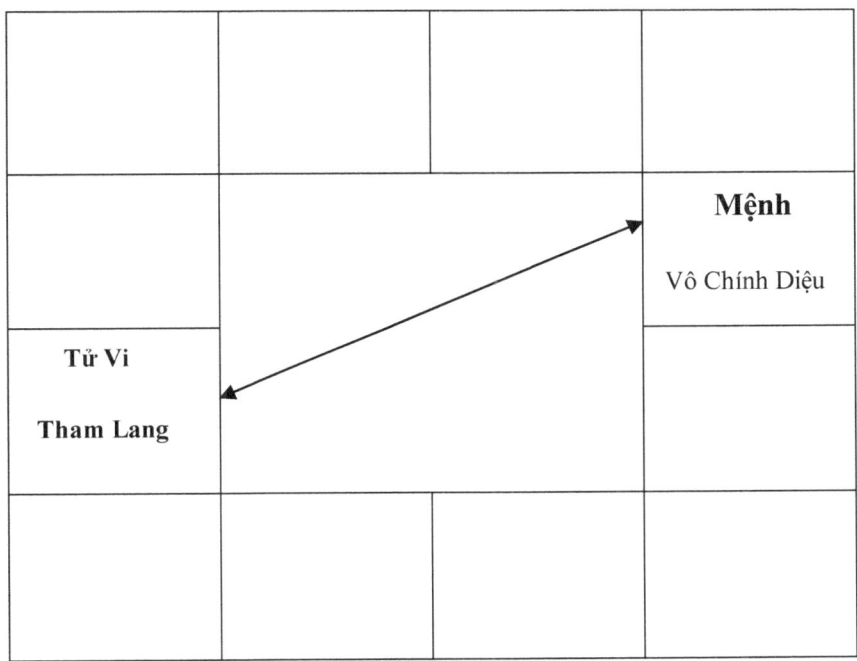

Vài nét về Tham Lang thủ mệnh

Tham Lang thuộc Giáp Mộc, chủ dục vọng và vật chất. Nghề nghiệp liên quan đến 4 chữ: Rượu, Sắc, Tài, Khí. Tham Lang chủ tài nghệ, khả năng thích nghi cao. Người Tham Lang thích ăn uống, vui chơi, trang trí nội thất, thiết kế, thương nghiệp... Trong chữ "Sắc" bao gồm hai phương diện: tài hoa mỹ thuật và tình dục.

- Tham + Hóa Lộc: dễ vào ngành giải trí, ẩm thực; mệnh Tham Lang có thể làm hai nghề vừa văn vẻ vừa giải trí, thuận lợi, thu nhập tương đối, đôi khi từ nguồn không chính thức.

- Tham Lang lạc hãm: cần có sao giải hóa như Hóa Kị hoặc sao Không để chế hòa, giúp nết na, đoan chính.

- Tham + Hóa Quyền đóng cung Phu Thê: biểu hiện mong muốn kết hôn mạnh mẽ.

- Mệnh có Tham, Thiên Di có Kị: cần tránh sa đà sắc dục, nhậu nhẹt; dễ bỏ bê trách nhiệm, lãng quên người phối ngẫu, dẫn đến tranh chấp, thị phi.

VÔ CHÍNH DIỆU TỔNG LUẬN PHẦN 7
THIÊN CƠ – THÁI ÂM ĐỐI CUNG

PHÁ QUÂN VŨ KHÚC	THÁI DƯƠNG	THIÊN PHỦ	THIÊN CƠ THÁI ÂM
			CUNG MỆNH
THIÊN ĐỒNG	**CƠ NGUYỆT ĐỒNG LƯƠNG CÁCH**		TỬ VI THAM LANG
			CỰ MÔN
	LIÊM TRINH THẤT SÁT	THIÊN LƯƠNG	THIÊN TƯỚNG

Vô Chính Diệu Toàn Thư – Tác giả Rosy Rain

Cơ Nguyệt Đồng Lương Cách

- **Thiên Cơ (Ất Mộc):** chủ về tinh thần, thủ mệnh cho tâm tư tinh tế, suy nghĩ linh hoạt nhưng thiếu mạnh mẽ. Phù hợp các nghề lập kế hoạch, dự án, nghệ thuật, tôn giáo, xuất bản, chế tác đồ gỗ. Trong ngành cơ giới (xe, chế tạo máy) sẽ phát triển mạnh, đặc biệt khi kết hợp với tổ hợp Tang Tuế Điếu. Cần chút sát tinh kích phát để phát huy kỹ thuật; Thiên Cơ chủ về sự chắc chắn, ổn định, không trực tiếp mang lại tiền tài lớn.

- **Thái Âm (Quí Thủy):** sao Tài, Phúc, Nghệ thuật. Chủ về điền trạch, nhà cửa ổn định, phúc khí và may mắn. Biểu trưng cho tính nữ, sự dịu dàng, uyển chuyển, biết tiến – lùi, nắm bắt thời cơ. Phù hợp nghề bất động sản, kiến trúc, thiết kế nội thất và sân vườn, làm vườn, trang trí, nữ trang, quần áo, trang sức, đồ trang điểm, đồ bếp. Lạc hãm sẽ kém thuận lợi hơn.

- Thái Âm + Văn Xương/Văn Khúc: rất thích hợp học Tử vi đẩu số.

- Thiên Cơ + Hóa Lộc: tâm tư tinh tế, tư duy nhạy bén, nói chuyện hơi nhanh, không thích hợp lãnh đạo, phù hợp làm

139

phụ tá, sắp xếp kế hoạch, kỹ thuật. Giao tiếp bạn bè tốt, coi trọng tình cảm.

- Cơ – Âm + Thiên Riêu: nữ mệnh xinh đẹp, duyên dáng, thu hút người khác giới, có khi chất văn nghệ.

Cơ Nguyệt Đồng Lương Cách

Lá số phù hợp với cách này là khi bốn cung Mệnh, Tài, Quan, Di có các sao Cơ, Nguyệt, Đồng, Lương, đều được xem là hợp cách.

Đặc thù của cách này là người có đầu óc sáng tạo, năng lực xử sự ưu tú, hành sự có trước sau, suy nghĩ thấu đáo. Thích hợp nhất là làm quan lại, viên chức; không thích hợp nắm quyền hoặc làm quản lý. Người có cách cục này thường giỏi phò tá người có thực lực, hỗ trợ xây dựng sự nghiệp. Trong quân sự, chính trị hay kinh doanh, họ đều là trợ thủ đắc lực của cấp trên.

Ngày nay, nhiều quan chức cao cấp hoặc tướng sĩ không trực tiếp cầm quyền ngoài mặt trận cũng mang cách cục này và đạt thành tựu cao. Không thể chỉ dùng chức tiểu lại nhỏ nhoi để đoán mệnh, vì trong thời kỳ thái bình thịnh trị, một quốc gia rất cần nhân tài có cách này để quản lý. Sau giai đoạn khai mở hay đoạt quyền, những người có mệnh này phù hợp nhất làm phụ tá hoạch định, phân tích – như mối quan hệ giữa Khương Tử Nha và Chu Võ Vương thuở trước.

Cách này nếu gặp Tả Hữu, Xương Khúc thì văn võ đều hiển đạt: văn thì thanh danh rực rỡ, võ thì trung lương. Tuy nhiên, nếu Cơ

Âm đồng cung Dần – Thân, mệnh thường khó bền, dễ dùng thủ đoạn để đạt mục đích, bôn ba nơi đất khách mới phát đạt.

- Nữ mệnh: trong tình cảm nhiều khúc chiết, nếu thêm nhiều sát tinh thì dễ vì danh lợi mà rơi vào tình huống "hiến thân". Cần chú ý.

- Nếu hội sát tinh: lang thang nơi đất khách, khó thành tựu.

- Nếu ngộ cát tinh: chủ phú quý, áo gấm vinh quy.

Người mang cách này không thích hợp sáng lập sự nghiệp. Dù có năng lực sáng tạo mạnh, nhưng năng lực hành động lại yếu. Làm nghề phục vụ thì tốt, vì cần nhiều sáng kiến để phát huy. Các dạng khởi nghiệp khác thường không bền, nếu có chỉ như việc đầu cơ chớp nhoáng, khó kéo dài.

"Khúc chiết" ở đây có nghĩa là quanh co, không thẳng thắn, không rõ ràng, không gãy gọn.

Thiên Cơ cư Dần Thân, Thái Âm đồng cung

Một đời thường hay đi lại, khó tránh cảnh tha hương. Nam nữ đều dễ gặp đào hoa, dễ nảy sinh tình cảm với người khác. Tính tình ôn hòa nhưng tiến thoái thiếu dứt khoát. Nếu Thiên Mã cư Mệnh cung hoặc cư Thiên Di cung thì cuộc sống tất hay ở ngoài, thường đi xa, rời nơi sinh ra để đến phương khác sinh sống, thậm chí di cư sang nước ngoài.

Thiên Cơ, Thái Âm, Thiên Đồng, Thiên Lương hội chiếu thành cách **"Cơ Nguyệt Đồng Lương"**:

- Không hợp tự mình làm chủ.

- Thích hợp phục vụ trong cơ cấu nhà nước, theo đuổi nghề thiết kế, kế hoạch hoặc các công việc liên quan xử lý, sắp đặt.

- Thường xuyên đi công tác bên ngoài.

Nếu có Tử Vi, Thiên Phủ giáp Mệnh, lại hội nhiều cát tinh thì tính tình lạc quan, hài hước, cuộc sống vui vẻ, có thể trở thành quý cách.

Thiên Cơ + Thái Âm + Thiên Mã:

- Thiên Cơ vốn chủ biến động, Thái Âm cũng là động tinh, có câu: "Thiên Cơ, Thái Âm, lãng tẩu tha hương".

- Khi hội thêm Thiên Mã, càng rõ nghĩa "lãng tẩu tha hương". Vì vậy, vào Đại Hạn tất có việc rời xa quê hương, phát triển ở nơi khác, hoặc ít nhất cũng có yếu tố liên quan đến ngoại quốc.

- Nếu cách cục đẹp: có nhiều cơ hội được cử đi nước ngoài học tập, tập huấn, hoặc đảm nhiệm vị trí trong công ty ngoại quốc.

- Nếu cách cục kém: chỉ bôn ba trong nước, nay đây mai đó để mưu sinh.

Thiên Cơ – Thái Âm, lãng tẩu tha hương cũng ứng nghiệm với người Mệnh vô chính diệu, Cơ Âm đối cung.

PHÁ QUÂN VŨ KHÚC	THÁI DƯƠNG	THIÊN PHỦ ➡	THIÊN CƠ THÁI ÂM ⬆ **MỆNH CUNG**
THIÊN ĐỒNG	CƠ NGUYỆT ĐỒNG LƯƠNG CÁCH		TỬ VI THAM LANG
			CỰ MÔN
	LIÊM TRINH THẤT SÁT	THIÊN LƯƠNG	THIÊN TƯỚNG

144

Cơ Nguyệt Đồng Lương Cách

Can Mậu (Tham Nguyệt Bật Cơ): Thái Âm Hóa Quyền, Thiên Cơ Hóa Kị, Quyền Kị đồng cung. Khổ cực mới có thể lấy kỹ năng để kiếm tiền. Với người, với việc đều hay nghi ngờ, dễ đầu voi đuôi chuột. Bất lợi cho người thân ngang hàng thuộc phái nam. Cẩn thận tai nạn xe cộ hoặc tay chân để lại tỳ vết.

Can Đinh (Nguyệt Đồng Cơ Cự): Thái Âm Hóa Lộc, Thiên Cơ Hóa Khoa, Lộc Khoa đồng cung. Sau khi thành danh mới được lợi, tài chính vững vàng, có tài cán.

Can Ất (Cơ Lương Tử Âm): Thái Âm Hóa Kị, Thiên Cơ Hóa Lộc, Lộc Kị đồng cung, gọi là song Kị. Nhiều thị phi, dễ bị đố kị. Hợp võ nghiệp. Bất lợi cho lục thân thuộc phái nữ.

Vô Chính Diệu Toàn Thư – Tác giả Rosy Rain

PHÁ QUÂN VŨ KHÚC	THÁI DƯƠNG	THIÊN PHỦ	THIÊN CƠ THÁI ÂM
THIÊN ĐỒNG			TỬ VI THAM LANG
	CỰ MÔN THÁI DƯƠNG CỦNG CHIẾU		CỰ MÔN
MỆNH VÔ CHÍNH DIỆU	LIÊM TRINH THẤT SÁT	THIÊN LƯƠNG	THIÊN TƯỚNG

Cung Mệnh cư Dần Thân vô chính diệu

Cung Mệnh cư Dần Thân vô chính diệu, cung xung chiếu là Thiên Cơ Thái Âm. Bản cung vô chính diệu thì luận đối cung. Cự Môn Thái Dương củng chiếu cũng là kỳ cách, Mệnh cư Dần tốt hơn cư Thân.

Là người hào sảng, nhiệt tình, hướng ngoại, ngôn từ phong phú, hay nói, thích pha trò, giao du rộng, nhưng cuộc sống thường gây hiểu nhầm cho người khác.

Xương Khúc thủ Mệnh, giàu khả năng văn nghệ, có tài học hơn người, nhưng hư nhiều thực ít.

146

Đà La, Hỏa Linh cư Mệnh chủ có ám tật, ly hương, dễ dính pháp lý.

Địa Không, Địa Kiếp cư Mệnh và Di cung, chủ người không có sự ràng buộc, hư danh hư lợi. Hội Thiên Mã thì chủ phiêu bạt, nhưng giỏi về huyền học.

Mệnh cư Dần, Thái Dương cư Ngọ thủ cung Quan Lộc, người sinh năm Giáp, Đinh, Kỷ, Tân hội cát tinh, chủ đại phú quý, nhưng không được gặp Không, Kiếp.

Mệnh cư Thân, Cự Nhật đều hãm địa, chủ đời vất vả, bôn ba, công việc khó ổn định. Người tuổi Canh, Quý thì thuận lợi.

Nếu hình một (H.1) là người có tính cho đi và lan tỏa, thì hình hai (H.2) lại là người có tính thu vào nhiều hơn.

Phần lớn thuộc mẫu người tự tin, có kỷ luật, năng lực lý luận tốt, vững vàng. Tuy nhiên, thường hay buồn rầu, lo nghĩ vì có tính duy mỹ, cầu toàn. Thích hợp theo các lĩnh vực nghiên cứu, khoa học, giảng dạy, thẩm phán, nhân viên bảo hiểm, tài xế.

Trước khi kết hôn thường gặp sự phản đối của trưởng bối bên kia, hoặc khó làm vừa lòng nhạc phụ, nhạc mẫu, dù bản thân đã cố gắng để mọi chuyện tốt đẹp. Cần xét thêm tổ hợp cung Di, cung Phúc để biết có sao tốt giải hay không. Nếu cung Huynh đệ có bộ Liêm Sát thì mệnh được cứu giải.

Về vấn đề Đào Hoa

Hình một (H.1): Thuở trẻ rất đào hoa. mối tình đầu khắc cốt ghi tâm. Về hậu vận lại thiên về tâm linh, tôn giáo. Thông minh, có óc sáng tạo, hiểu ý người, khó ngồi yên một chỗ. Nếu cung Điền có Thiên Mã thì không bao giờ ở một nơi lâu, thường thay đổi nghề nghiệp hoặc chỗ ở, mà càng thay đổi lại càng tốt. Phù hợp với công việc đầu tư, hợp tác, thường dựa vào kế hoạch để thực hiện. Dù cuộc đời nhiều vất vả nhưng bản tính lạc quan (cung Phúc có Thiên Đồng, cung Tật có Tử Tham).

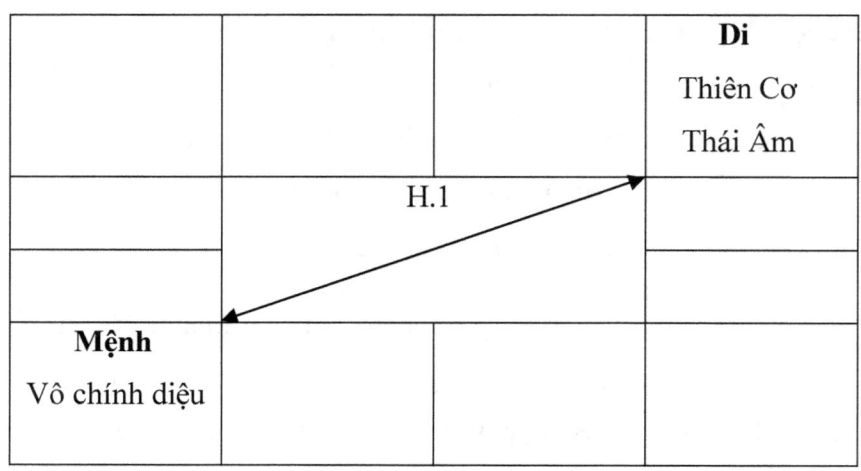

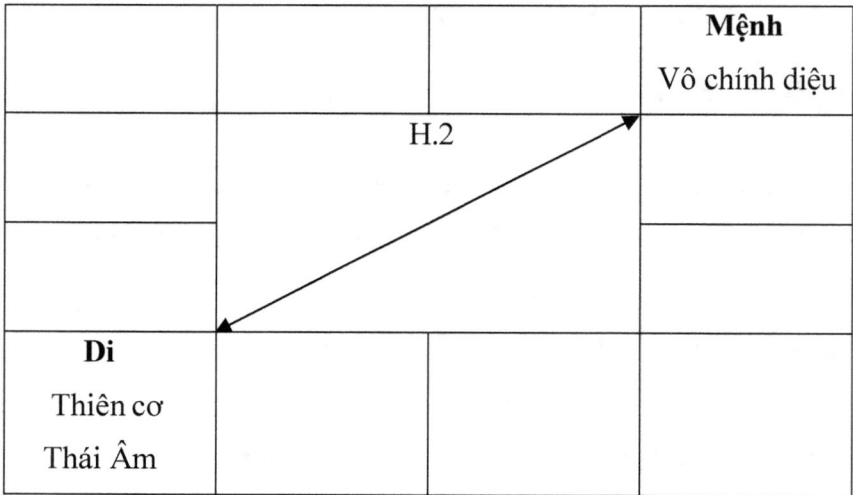

Vô Chính Diệu Toàn Thư – Tác giả Rosy Rain

Can Bính (Liêm Trinh Hóa Kị): Cẩn thận thị phi liên quan đến pháp luật, thận trọng trong việc đầu tư và quản lý tài chính.

Can Canh: Ngũ hành thuộc Kim. Vì Thái Âm đi cùng Hóa Kị nên chủ về sức khỏe, dễ liên quan phẫu thuật hoặc có huyết quang.

Can Canh thuộc Kim: Kim có tính thu vào bên trong, quản khí lạnh lẽo, tiêu điều của trời đất. Ở địa là kim loại, tượng trưng cho binh biến ở nhân gian, vì vậy mang ý tượng huyết quang. Người mệnh này thích hợp với các nghề bác sĩ, y khoa, phẫu thuật.

Người sinh năm Canh: Khá có nội hàm, là chân tài thực học. Biểu hiện của họ chủ yếu dựa vào thực lực mà nổi tiếng.

			Di Cơ – Âm Hóa Kị
	Can Canh Nhật Vũ Đồng Âm		
Mệnh Vô chính diệu			

Can Quý thuộc Thủy

Thái Âm Hóa Khoa hợp thành cách đào hoa, chủ về học hành và có duyên với người khác giới.

Can Quý thuộc Thủy, ẩn chứa ý vị cực đoan, biến động, kết thúc, tượng trưng cho đào hoa. Nếu thêm Tam Thai, Bát Tọa thì ý tượng mở rộng, danh tiếng càng vang xa. Có Xương Khúc thì thông tuệ hơn người, văn chương xuất chúng, học rộng đa tài. Danh tiếng có thể truyền xa.

Nếu gặp Kị, Linh, Hỏa thì dễ để lại tiếng xấu.

Người sinh năm Quý thường tài hoa nhưng hay khoa trương, thiếu thực chất. Hoặc thuộc loại tài hoa phát đột ngột, ngắn hạn, lóe lên rồi tắt. Vì vậy mức độ nổi tiếng khó bền lâu, dễ chỉ có hư danh mà thôi.

Vô Chính Diệu Toàn Thư – Tác giả Rosy Rain

Phần 8:

Vô Chính Diệu Toàn Thư – Tác giả Rosy Rain

Thập Nhị Huyền Đồ

Trong lịch sử phát triển của bộ môn Tử Vi, các tổ sư đã hoàn thiện một bộ quy tắc bất biến, được gọi là quy tắc an sao. Kết quả của những quy tắc phức tạp này chính là các lá số Tử Vi mà chúng ta thường nhìn thấy.

Có tổng cộng hàng trăm ngàn lá số Tử Vi có thể tạo thành từ tổ hợp 14 chính tinh, 18 trung tinh, 4 hóa tinh và 65 phụ tinh, thêm bớt còn tùy vào mỗi người (kết hợp với các dữ kiện ngày, tháng, năm và giới tính).

Nhưng tất cả những lá số Tử Vi này luôn nằm trong hệ thống 12 bản đồ chính tinh. 12 bản đồ này được gọi là Thập Nhị Huyền Đồ.

Như chúng ta đã biết, chính tinh là cái gốc của một lá số Tử Vi, trong đó chính tinh Tử Vi là chính tinh quan trọng nhất, đóng vai trò la bàn để định hình vị trí các sao khác.

Vô Chính Diệu Toàn Thư – Tác giả Rosy Rain

Từ vị trí của chính tinh Tử Vi, chúng ta có thể suy ra vị trí của Thiên Phủ; từ Thiên Phủ, biết được vị trí của Thiên Tướng; từ Thiên Tướng, biết được Cự Môn và Thiên Lương đứng ở đâu… Cứ như thế, chỉ cần biết vị trí chính tinh Tử Vi, chúng ta có thể suy ra vị trí đứng của tất cả các chính tinh còn lại. Đó chính là nguyên lý cốt lõi của Thập Nhị Huyền Đồ.

Vô Chính Diệu Toàn Thư – Tác giả Rosy Rain

Vị trí của sao Tử Vi

Sao Tử Vi là một trong những chính tinh quan trọng nhất, vì vậy khi xem bất kỳ lá số nào cũng cần chú ý đến vị trí của nó. Vị trí của Tử Vi là then chốt để lập lá số và ảnh hưởng đến toàn bộ các cung trên lá số.

Tóm lại: Tử Vi đứng thế mạnh, cục diện sáng, các sao khác sẽ kéo theo mạnh. Tử Vi đứng thế không mạnh thì năng lực không phát huy được và các sao khác bị ảnh hưởng xấu.

Tử Vi cư Ngọ, vua ngồi đúng vị, kiểu gì cũng có cách đặc sắc hơn người, kiến giải độc đáo.

Tử Vi-Thiên Phủ là nhàn vì trên thiên bàn không hề có một cung Vô Chính Diệu. Ngược lại, Tử-Sát có đến 4 cung Vô Chính Diệu, thì cuộc đời đương số gặp rất nhiều biến số khó lường.

Tử-Phá ở thế Sửu Mùi là tổ hợp của đào hoa. Tử-Tướng hai cung Thìn-Tuất, vị trí của Tử Vi ở thế Thìn-Tuất là võng, cuộc đời khó vẹn toàn như câu: "Nhân tại giang hồ, thân bất vô kỷ". Người trong giang hồ nhiều khi phải làm những chuyện không theo ý muốn.

Tử-Tham Mão-Dậu là mẫu người luôn cần học sự cân bằng giữa Đạo và Đời.

Môn Tử Vi Đẩu Số chính là một bộ Kinh Dịch thu nhỏ, hướng dẫn con người lối sống hợp tự nhiên. Vì vậy, nghiên cứu Tử Vi Đẩu Số là để học một triết lý sống.

SAO TỬ VI
sao vua trong bộ sao Tử Vi

Thập Nhị Huyền Đồ

Tỵ THIÊN CƠ	Ngọ **TỬ VI**	Mùi	Thân PHÁ QUÂN
Thìn THẤT SÁT	**HUYỀN ĐỒ**		Dậu
Mão THÁI DƯƠNG THIÊN LƯƠNG	**TỬ VI CƯ NGỌ**		Tuất LIÊM TRINH THIÊN PHỦ
Dần VŨ KHÚC THIÊN TƯỚNG	Sửu THIÊN ĐỒNG CỰ MÔN	Tý THAM LANG	Hợi THÁI ÂM

Tử Vi Cư Ngọ

Tử Vi tượng trưng cho đế tọa (chỗ ngồi của vua) tại vị trí cung Ngọ, được gọi là "Đế vương tinh". Người có sao Tử Vi nhập cung mệnh tự nhiên sẽ có khí độ tự tin của bậc vương công, phong thái uy nghiêm khiến người khác dễ kính trọng và ngưỡng mộ, đồng thời dễ ra lệnh và sai khiến người khác.

Lưu ý: Tử Vi tọa cung mệnh cần có chúng nhân phò tá, làm "cô quân" thì khó thành sự. Người Tử Vi lúc nào cung Tật Ách cũng có sao Thiên Đồng, biểu hiện cho sự hưởng thụ tinh thần, có tính lười biếng và đa nghi. Cung Di có Tham Lang, họ luôn khát vọng

157

Vô Chính Diệu Toàn Thư – Tác giả Rosy Rain

và theo đuổi một cuộc sống đẹp đẽ, lãng mạn. Cung Tí có Tử Vi thường là "cô quân" — không có chủ kiến, cần có Tả Hữu phò tá. Nếu thêm Xương Khúc bầu bạn, sẽ tăng khí chất hoa lệ, thiên phú về nghệ thuật, biểu tượng cho năng lực và biểu hiện tốt.

Người Tử Vi cư Ngọ, cung Huynh Đệ có Thiên Cơ (Kho Tiền) — Thiên Cơ tương giao với Tử Vi tọa nên lanh lợi, cơ trí, nhiều suy nghĩ, có khẩu tài, phản ứng nhanh.

Cung Quan: Liêm Phủ (Thiên Phủ triều viên) chủ tinh thần, năng lực và khả năng đảm nhiệm chức vụ; có thể thăng chức nhanh.

Cung Tài định vị loại công việc đang làm.

Cung Nô: Thái Âm cư Hợi, hùng hậu về bạn bè phò trợ. Nếu Tử Vi ở Tí, cung Nô của mình Thái Âm ở thế yếu, mất hào quang, vô lực, bị động, giao du nhưng khó trợ giúp — lúc này vai trò của Tả Hữu khá quan trọng.

Tóm lại, Tử Vi cư Ngọ tốt hơn cư Tí. Người có cách cục này có thể đạt thành công ở mức khá, phần nhiều dựa vào nỗ lực bản thân: "Tự giúp mình, rồi trời sẽ giúp mình". Trong ứng ngoại hợp, nếu có điều kiện thuận lợi, sẽ có thành tựu rõ rệt.

Tỵ	Ngọ THIÊN CƠ	Mùi **TỬ VI** **PHÁ QUÂN**	Thân
Thìn THÁI DƯƠNG	**HUYỀN ĐỒ** **TỬ VI Ở CUNG MÙI**		Dậu THIÊN PHỦ
Mão VŨ KHÚC THẤT SÁT			Tuất THÁI ÂM
Dần THIÊN ĐỒNG THIÊN LƯƠNG	Sửu THIÊN TƯỚNG	Tý CỰ MÔN	Hợi LIÊM TRINH THAM LANG

Tử-Phá Sửu, Mùi

1. Đặc tính cơ bản:

   Phá Quân là tướng quân tiên phong, tượng trưng cho sức dũng cảm và khả năng khai sáng. Khi phối hợp với Tử Vi đồng cung, đương số có tư chất độc lập, sáng tạo, và khả năng tiếp nhận quan niệm mới vượt trội.

2. Thiên Di và Tam Hợp Sát-Phá-Tham:

   Thiên Di có Thiên Tướng biểu hiện sự chú trọng hình tượng và phong thái bên ngoài. Tam hợp Sát-Phá-Tham tại cung Quan và Tài hình thành đặc tính biến động cao, dễ phát sinh nhiều cơ hội và thử thách, bất kể cát hay sát tinh.

3. Cung Tài Bạch:

   Vũ-Sát tọa thủ thể hiện hành vi có phần dễ gây hiểu nhầm, nhưng đồng thời biểu hiện năng lực và tính đào hoa ẩn. Tử Vi-Phá Quân tạo ra cách cục đào hoa mạnh mẽ.

4. Cung Quan Lộc và Khả năng xã giao:

   Liêm-Tham tọa thủ kết hợp với Thiên Tướng tại Thiên Di thúc đẩy năng lực giao tiếp, thăng tiến và hưởng thụ cuộc sống cao cấp. Đương số thường thu hút sự hỗ trợ từ người khác, đặc biệt trong các quan hệ xã giao và công việc.

5. So sánh Sửu – Mùi:
   Ở cung Mùi, Tử Vi có thể đè nén Phá Quân, tạo thế cân bằng nội tâm. Ở Sửu, Tử Vi cần tiêu hao nhiều khí lực để kiềm chế Phá Quân, dẫn đến mâu thuẫn nội tâm lớn hơn, năng lực hành động mạnh hơn và tính chống đối cao hơn.

Kết luận:

Người Tử-Phá Sửu-Mùi là cá nhân năng động, sáng tạo, dễ thích nghi với môi trường biến động, nhưng cần cân bằng giữa tư duy độc lập và khả năng kiểm soát cảm xúc.

Tỵ THÁI DƯƠNG	Ngọ PHÁ QUÂN	Mùi THIÊN CƠ	Thân **TỬ VI** **THIÊN PHỦ**
Thìn VŨ KHÚC	**HUYỀN ĐỒ** **TỬ VI Ở CUNG THÂN**		Dậu THÁI ÂM
Mão THIÊN ĐỒNG			Tuất THAM LANG
Dần THẤT SÁT	Sửu THIÊN LƯƠNG	Tý LIÊM TRINH THIÊN TƯỚNG	Hợi CỰ MÔN

Tử Vi – Thiên Phủ, Dần – Thân cung

Đặc tính chung: Tử Vi – Thiên Phủ ở cung Dần hoặc Thân đều có ưu khuyết riêng. Về tài phú, cung Thân ưa hơn Dần. Tử Vi và Thiên Phủ bản chất tương tự, mạnh mẽ, được cổ nhân đánh giá cao. Liêm Trinh hóa Lộc hoặc Vũ Khúc hóa Lộc thường dẫn đến giàu có bậc công khanh.

Vô Chính Diệu Toàn Thư – Tác giả Rosy Rain

Phát triển nghề nghiệp: Tử-Phủ kết hợp Lộc Tồn phù hợp với thương nhân, kinh tế, tài chính. Tổ hợp này phát triển chậm, cần Thiên Mã đồng cung hoặc Tứ hóa để thúc đẩy vận thế. Lộc Tồn tạo tâm lý phòng vệ, thận trọng.

Những yếu tố bất lợi: Tử-Phủ kị Linh Hỏa, Đà La đồng cung – tuy vẫn thành tựu nhưng dễ phát triển theo hướng gian trá, ích kỷ. Không-Kiếp chủ về cô lập, khó gặp thời, tài năng không được phát huy.

Tử-Phủ tại cung Thân: Khí Kim của Thân giúp tăng ưu tú cho cách cục, kết hợp Thái Dương, Thái Âm, Nhật Nguyệt Tịnh Minh tại lục thân tạo khả năng được hỗ trợ thực chất, cha mẹ có điều kiện giáo dục tốt. Giáp Tả Hữu, Xương Khúc biểu thị xuất thân thư hương, thế gia vọng tộc, thuận lợi phát triển hướng công chức.

Tài phú và tình cảm: Tài phú lớn, có khả năng thành cự phú. Nữ mệnh Tử-Phủ thường e ngại trong tình cảm, kết hôn muộn. Phụ tinh ảnh hưởng có thể thúc đẩy kết hôn sớm, nhưng tình cảm sau hôn nhân dễ gặp sóng gió.

Tỵ VŨ KHÚC PHÁ QUÂN	Ngọ THÁI DƯƠNG	Mùi THIÊN PHỦ	Thân THIÊN CƠ THÁI ÂM
Thìn THIÊN ĐỒNG	**HUYỀN ĐỒ** **TỬ VI Ở CUNG DẬU**		Dậu **TỬ VI THAM LANG**
Mão			Tuất CỰ MÔN
Dần	Sửu LIÊM TRINH THẤT SÁT	Tý THIÊN LƯƠNG	Hợi THIÊN TƯỚNG

Tử Vi – Tham Lang, Mão – Dậu cung

Tử Vi – Tham Lang tượng trưng cho dục vọng trong nhân mệnh. Người có tổ hợp Tử – Tham thường có sức quyến rũ hơn bình thường và dễ hình thành tổ hợp đào hoa. Cuộc sống lãng mạn, giàu ý vị, đồng thời Tham Lang còn biểu thị lòng ham hiểu biết mạnh mẽ, không chỉ về vật chất mà còn về tri thức.

Khi Tử Vi cưỡng chế hành vi, người Tử – Tham có khuynh hướng cầu toàn; một khi cho là đúng, họ kiên trì thực hiện, không dễ chịu thua. Nếu gặp Xương Khúc, Hồng Loan, Thiên Hỉ, Thiên Riêu, chuyện tình cảm có thể rối rắm, phiền phức; ngược lại, khi không gặp các sao này, mệnh Tử – Tham hình thành cách cục đẹp.

Tam hợp mệnh biểu thị Tử – Tham hào sảng, ngay thẳng, dứt khoát, có lực hành động, dẻo dai và phản ứng mẫn tiệp. Họ thông minh, sôi nổi, diện mạo bất phàm, biết quan sát sắc mặt, lời nói người khác và giao tiếp khéo léo. Lòng ham hiểu biết và thiên phú của Tham Lang thường dẫn họ đến các nghề chuyên môn, nghệ thuật hoặc văn học. Đặc tính Tham Lang là Trường Sinh, thích nghiên cứu thuật thần tiên.

Nếu tam hợp có Không – Kiếp, nhu cầu vật chất giảm, chuyển sang khía cạnh tinh thần. Kình, Đà, Hỏa, Linh thiên về tôn giáo, biểu thị khuynh hướng tìm sự an ủi tâm hồn.

Trường hợp Tử – Tham Mão – Dậu hội Tứ Sát và Không – Kiếp đồng cung, cách cục thể hiện bậc siêu phàm, thoát tục.

Tỵ THIÊN ĐỒNG	Ngọ VŨ KHÚC THIÊN PHỦ	Mùi THÁI DƯƠNG THÁI ÂM	Thân THAM LANG
Thìn PHÁ QUÂN	**HUYỀN ĐỒ** **TỬ VI Ở CUNG TUẤT**		Dậu THIÊN CƠ CỰ MÔN
Mão			Tuất **TỬ VI** **THIÊN TƯỚNG**
Dần LIÊM TRINH	Sửu	Tý THẤT SÁT	Hợi THIÊN LƯƠNG

Vô Chính Diệu Toàn Thư – Tác giả Rosy Rain

Tử Vi – Thiên Tướng, Thìn – Tuất cung

Tử Vi – Thiên Tướng tọa thủ ở hai cung Thìn – Tuất, trong đó cung Thìn có lợi hơn cung Tuất. Hai cung này thuộc đất La Võng; bất cứ sao nào rơi vào đây đều cần hao tổn nhiều sức lực để phát triển, nhưng khi vượt qua, không phải người tầm thường.

Tử Vi đồng cung với Thiên Tướng. Thiên Tướng là sao phò tá đế vương, quản lý ấn tỉ để phát lệnh. Tử Vi được ấn tỉ tức là vua được quân thần công nhận và tuân theo. Tuy nhiên, ở vị trí Thìn – Tuất, môi trường vận động hạn chế nên hai sao bị bất lợi. Dù tư duy logic và tinh thần chính nghĩa tốt, người này dễ cảm thấy áp lực và khó thực hiện chí hướng, bởi nguyên tắc nội tâm là "tự cho mình là đúng".

Thiên Tướng hành Thủy, Tử Vi hành Thổ; sự phối hợp này tạo nên thế giới nội tâm nhiều mâu thuẫn. Cung Thiên Di có Phá Quân Thìn – Tuất làm rõ kỳ vọng của Tử Vi: phá họa trước khi kiến thiết. Người Tử – Tướng thường muốn thay đổi toàn bộ cục diện, bề ngoài cẩn trọng, lạc quan, nhưng bên trong tâm hồn chứa sóng ba đào.

Tử – Tướng bị cung Thiên Di hấp dẫn, thích khai sáng, có ý tưởng độc đáo, ưa hoạt động bên ngoài, không chịu an phận. La

Vô Chính Diệu Toàn Thư – Tác giả Rosy Rain

Võng khiến đời sống thăng trầm mạnh; gặp Kình, Đà, Hỏa, Linh càng tăng biên độ biến động.

Tuy nhiên, do hội Tứ Sát, năng lực cải cách không tầm thường; với sự trợ lực của Tả – Hữu, thường có thể xung phá giới hạn và nắm quyền bính. Xương Khúc mang lại thu hoạch về tài nghệ và danh tiếng; Kình – Hình đồng độ chủ về kiện tụng; Đà – La liên quan đến hành hạn và thay đổi.

Về tình cảm, nam nữ thường không may mắn; mối tình đầu thường khắc cốt ghi tâm. Ở cung Thìn, Tử – Tướng đạt thành tựu về tiền bạc và sự nghiệp hơn cung Tuất, vì Nhật – Nguyệt chiếu sáng cung Điền Trạch, có cơ hội giải tỏa, song vừa phú vừa quý vẫn khó bền lâu.

Tỵ **TỬ VI** **THẤT SÁT**	Ngọ	Mùi	Thân
Thìn THIÊN CƠ THIÊN LƯƠNG	**HUYỀN ĐỒ** **TỬ VI Ở CUNG TỴ**		Dậu LIÊM TRINH PHÁ QUÂN
Mão THIÊN TƯỚNG			Tuất
Dần THÁI DƯƠNG CỰ MÔN	Sửu VŨ KHÚC THAM LANG	Tý THIÊN ĐỒNG THÁI ÂM	Hợi THIÊN PHỦ

Tử Vi – Thất Sát, Tỵ – Hợi cung

Tử Vi – Thất Sát là tổ hợp rơi vào bốn cung Vô Chính Diệu, là cách cục có nhiều biến số nhất và cũng là tổ hợp khó luận đoán nhất trong Tử Vi Đẩu Số.

Khi Tử Vi – Thất Sát thủ mệnh ở hai cung Tị – Hợi, Thất Sát được xem là đại tướng của đế tinh Tử Vi. Một đại tướng phải hội

Vô Chính Diệu Toàn Thư – Tác giả Rosy Rain

đủ dũng lược và mưu trí; khi Tử – Sát đồng cung, Tử Vi làm chủ đạo, Thất Sát phò vua.

Hình tượng này giống như hoàng đế ngự giá thân chinh cùng một vị tướng tài tại thế. Vì vậy, người Tử – Sát thường có tính kiên cường, tác phong quả quyết, hơi phách lối, thích ra oai và có phần chủ quan, nhưng vẫn hành động đúng hướng theo bản năng lãnh đạo và trí tuệ chiến lược.

Tử Vi – Thất Sát

Thất Sát thuộc hành Kim, Tử Vi thuộc hành Thổ, do đó Tử Vi sinh cho Thất Sát. Mẫu người này thường biểu hiện năng lực khá tốt, có hùng tâm tráng khí, vừa quả cảm vừa sở hữu khí phách mạnh mẽ.

Người này thường ưa có Tả Hữu, Xương Khúc, Lộc Tồn làm trợ lực. Khi Tử Vi đủ mạnh, có thể kiềm chế tính cương dũng của Thất Sát, vận dụng Thất Sát hóa Sát thành quyền biến, Sát khí thành quyền lực, từ đó gia tăng tiếng tăm và uy quyền.

Nếu gặp Không Kiếp hoặc Vong, danh lợi chỉ nhất thời, khó bền. Tuy nhiên, khi Tử – Sát gặp Kình, Đà, Linh, Hỏa, người này có thể nổi lên bá chủ trong một thời gian, sau đó dễ bị phá. Tức là Tử Sát có khả năng kiềm chế Linh, Hỏa, Kình, Đà, nhưng bộ Cơ – Nguyệt – Đồng – Lương lại không có năng lực này.

Người Tử – Sát thủ mệnh hay tại Thân mà được cát tinh phù trợ là người thông quyền đạt biến, tính toán tỉ mỉ, biết đến nơi có cơ hội tốt, giàu tính độc lập và hiếu cường. Đây là mẫu người lợi về khai sáng, nhưng do thiên bàn có bốn cung Vô Chính Diệu nên khó giữ thành quả lâu dài.

Trong tình cảm, họ thường hay hoài nghi lòng trung thành của người yêu, dễ sinh ghen tuông.

Mệnh Thiên Đồng – Thái Âm đồng cung

Thiên Đồng thuộc Ngũ hành Nhâm Thủy, hàm nghĩa ôn thuận. Thái Âm thuộc Quý Thủy, chủ về điền trạch. Khi Thiên Đồng tại Ngọ đi cung Thái Âm lạc hãm, theo thuyết pháp cổ nhân là: "Hóa cát phản hung, phùng sát dâm tà", tức là khi Đồng – Âm gặp được cát hóa của Lộc, Quyền, Khoa (tam cát tinh), sẽ hóa hung thành cát; nhưng nếu gặp tứ sát, tất gặp bất lợi. Trong xã hội hiện đại, tác động này có thể khác.

Người mệnh Đồng – Âm tại Ngọ thường hướng nội, phù hợp với các công tác nội vụ, có năng lực lập kế hoạch mạnh mẽ; nếu không được phát huy, dễ rơi vào ảo tưởng. Tính cách này ở xã hội hiện nay có thể dựa vào trực giác, linh cảm để hình thành kế hoạch, từ đó biến thành hành động thực tiễn. Trong các tổ chức doanh nghiệp hiện đại, với quy chế điều hành kế hoạch, người có cách cục Đồng – Âm có thể phát huy sở trường lập kế hoạch rất hiệu quả.

Cần chú ý tổ hợp cung Phúc của người mệnh Đồng – Âm. Khi Thái Âm thủ mệnh, cung Phúc đức phải được xem xét kỹ lưỡng. Cổ thư có chép: "Thái Âm cư Tý, hào thủy trừng quế ngạc, đắc thanh yếu chi chức, trung gian chi tài", nghĩa là Thái Âm cư Tý tượng như nước lắng trong đài Hoa Quế thơm, làm quan thanh liêm, giữ chức trọng yếu, có tài trung liệt can gián vua.

Thái Âm cư Tý chắc chắn phải đồng cung với Thiên Đồng – Phúc tinh. Phúc quan trọng của Thiên Đồng như "Đả giang sơn, đả xuất lai", ý nói tranh đấu cho đến khi lập sự nghiệp. Vì vậy, cần lưu ý cung Phúc đức trong tổ hợp Đồng – Âm: phú, thọ, quý, vinh, yểu, bần, ai, khổ, tất cả tùy thuộc vào cát hung của cung Phúc.

Người Mệnh Đồng – Âm, Cung Phúc đức có Cự Nhật

Người mệnh Đồng – Âm, khi cung mệnh tọa Tý, thường được cải thiện vận thế nhờ cung Phúc đức có Cự – Nhật tại Dần. Nếu gặp sát tinh, người này thường chịu áp lực, dễ cảm giác bất an, đồng thời trong cạnh tranh có khuynh hướng vận dụng thủ đoạn bất chính. Bản tính Thiên Đồng thường thiếu kiên nhẫn, thiếu vững vàng, dễ bị lay chuyển bởi hoàn cảnh.

Câu "thanh yếu chi chức, trung gián chi tài" – nghĩa là "làm quan thanh liêm, giữ chức trọng yếu, có tài trung liệt can gián vua" – cần được hiểu trong bối cảnh cung Phúc đức. Khi Thái Âm thủ mệnh, cần xét kỹ tổ hợp cung Phúc trước khi đưa ra nhận định về số mệnh và sự nghiệp.

Mệnh Thiên Đồng luôn nhị hợp Tham Lang, và thường có Thái Dương cư Phúc, tạo nên tác động mạnh lên các cung, đặc biệt là cung sự nghiệp. Cung Phúc trong trường hợp này biểu thị sự hưởng thụ về mặt tinh thần. Thái Dương, chủ về đầu óc và tư duy, khi đồng cung Phúc, có thể khiến người này dễ căng thẳng, gặp xì-trét và suy nghĩ tiêu cực.

Mã Đầu Đới Tiễn Cách

Người mệnh Đồng – Âm tọa Ngọ, đồng thời ngộ Kình Dương và Phượng Cát – Giải Thần, được hình thành Mã Đầu Đới Tiễn Cách. Trọn đời họ thường tham gia công tác bên ngoài hoặc sáng lập sự nghiệp, thường xuyên có cơ hội xuất ngoại. Trong tuổi nhỏ, có thể gặp nhiều chuyện hung hiểm; khi trưởng thành, thường gặp thương tật về thân thể và khởi đầu sự nghiệp gặp khó khăn. Tuy nhiên, cuối cùng, người này có thể đạt được thành tựu vang dội, "áo gấm vinh quy".

Nếu có Linh Tinh – Hỏa Tinh, trong tuổi thơ thường xa cha mẹ, lớn lên hay di chuyển nhiều.

Phân tích: Khi Thái Âm và Thiên Đồng tọa Ngọ, không đắc Cơ – Nguyệt – Đồng – Lương, vì vậy cần có Phượng Cát và Kình Dương để kích thành Võ Cách. Người sở hữu Mã Đầu Đới Tiễn thường có cá tính mạnh mẽ, tư duy thực tế, và thường yêu thích sửa chữa, chế tạo máy móc cơ khí.

175

Mã Đầu Đới Tiễn Cách

Cách "Mã Đầu Đới Tiễn" hợp với nam nhân hơn nữ nhân. Nữ mệnh mang cách này thường gặp khó khăn về cảm tình, dễ chịu tổn thương trong đời sống vợ chồng, có nguy cơ cô độc, nhưng nếu bản thân có sự nghiệp vững chắc thì vẫn đạt thành tựu.

Người có cách này thường sở hữu năng lực khai sáng, không thích hợp đảm nhiệm việc giữ gìn cái đã có, chẳng hạn các công việc quản lý nội bộ. Họ thường hoạt động nhiều bên ngoài, giao du rộng, nhưng dễ lơ là gia đình.

Về tình cảm, người mang cách này có khuyết điểm: vợ chồng thường có niềm đam mê khác nhau dẫn đến bất hòa, song bản thân ít để tâm. Họ có niềm đam mê với máy móc, thiết bị, đồng thời có khả năng cải tổ và đổi mới đến nơi đến chốn, nên rất thích hợp tham gia công tác kỹ thuật, ngoại vụ hoặc thúc đẩy thương mại.

176

Phượng Các – Giải Thần

Sao Phượng Các và Long Trì thường xuất hiện cùng nhau, mang ý nghĩa đem lại niềm vui, hỷ sự.

- Hành: Thổ

- Loại: Đài Các tinh

- Chủ về: Công danh, vinh hiển lâu dài

Phượng Các là phụ tinh, thuộc bộ sao đôi Long Trì – Phượng Các, gọi tắt là Long Phượng, nằm trong bốn sao nổi bật: Long Trì, Phượng Các, Bạch Hổ, Hoa Cái (Long Phượng Hổ Cái).

Đặc điểm người mệnh Phượng Các:

- Nhan sắc nổi bật, da mặt hồng hào, thanh tú, đặc biệt với phụ nữ.

- Thông minh, có thiên hướng văn chương.

- Ôn hòa, nhân hậu, điềm đạm, cởi mở.

- Đoan trang trong nết hạnh.

Công danh – tài lộc:

Vô Chính Diệu Toàn Thư – Tác giả Rosy Rain

- Thi đỗ cao, có khả năng đạt khoa giáp lớn.

- Phượng Các là sao vẹn toàn về nhan sắc, tính hạnh, tài lộc và gia đạo.

Sao Giải Thần xuất hiện với ý nghĩa là vị thần hóa giải tai ách, trừ hung, bổ trợ cho Phượng Các. Khi kết hợp, Phượng–Giải mang lại may mắn, phúc thọ, cho dù đóng ở cung nào hay gặp hạn nào trong vận mệnh.

"Mã Đầu Đới Tiễn" thủ cung Phu Thê

Cung Phu Thê tọa thủ Thiên Đồng – Thái Âm gia sát tinh

Khi cung Phu Thê tọa thủ có Thiên Đồng – Thái Âm đồng thời gặp sát tinh như Kình Dương, đây được xem là cách Mã Đầu Đới Tiễn. Người này thường kết hôn với đối tượng thuộc quân cảnh, thủy thủ, phi công, hoặc các ngành nghề xã hội có tính di động cao, bởi đặc thù công việc phải thường xuyên ra ngoài, hiếm khi ở nhà.

Nếu cung Phu Thê đồng cung Lộc – Quyền, người này dễ có tính đa tình, cảm xúc dào dạt, trong trường hợp xung hợp với Đồng-Âm, có khả năng đa phu hoặc tình cảm phức tạp.

179

Mệnh Vô Chính Diệu – Thiên Đồng – Thái Âm đối cung

Người mệnh Vô Chính Diệu tại Ngọ, với Thiên Đồng – Thái Âm đối cung, trong vòng đời đi thuận, nếu gặp hai cung Vô Chính Diệu ở thời thiếu niên, thường trải qua nhiều khó khăn, thăng trầm, phải gánh vác nhiều lo lắng cho gia đình và thiếu trợ lực bên ngoài. Mệnh này thường thiếu chủ kiến, nội tâm phong phú nhưng khó biểu đạt ra bên ngoài. Phản ứng và ý kiến của họ xuất hiện có chọn lọc, thường sau một thời gian mới bày tỏ, không hùa theo đám đông, song không phải là người vô cảm, mà có ý thức tự lập và suy nghĩ sâu sắc.

Tử Vi Thất Sát	**Mệnh** Vô chính diệu		
Thiên Cơ Thiên Lương	**H.1**		Liêm Trinh Phá Quân
THIÊN TƯỚNG	Mẫu người kiên cường thì sẽ thành công		
Thái Dương Cự Môn	Vũ Khúc Tham Lang	**Thiên Di** Thiên Đồng Thái Âm	Thiên Phủ

Vô Chính Diệu Toàn Thư – Tác giả Rosy Rain

H.1 Người này có tính thích làm chủ vấn đề, không ưa bị người khác quản thúc. Bố mẹ hoặc người phối ngẫu thường thiếu khả năng giao tiếp, ngang ngược, độc đoán với nửa kia, do đó khi làm dâu, làm rể dễ chịu áp lực, có cảm giác bị áp đảo (Tử Sát đóng cung Huynh Đệ giáp mệnh).

H.2 Người này nhu hòa hơn, biết sử dụng tính cách thu vào để theo đường dài đạt kết quả. Họ hướng về tinh thần, nhưng đồng thời quan tâm thực tế về tài chính, vì tài chính quan trọng để đáp ứng nhu cầu tinh thần. Người này biết lựa chọn bạn bè và môi trường phù hợp, thuộc nhóm thông minh, nhạy bén, và thường gặp may mắn nhờ biết lúc nào nên hành động.

	Thiên Di Thiên Đồng Thái Âm		
	H.2 Nhóm người khó biểu đặt được kiến giải		
	Mệnh Vô chính diệu	**TỬ VI** **THẤT SÁT**	

181

Vô Chính Diệu Toàn Thư – Tác giả Rosy Rain

Cung Tài Bạch có Thái Dương – Cự Môn đồng cung

Cự Nhật: Tam phương đều vô chính diệu, do đó trong công việc sẽ có biến số lớn. Những nghề như giảng sư, mệnh lý đều có khả năng phát triển tốt. Nếu có Hóa Lộc, Hóa Quyền, có thể trở thành nhân vật công chúng, ví dụ như dẫn chương trình trên kênh mua sắm, phụ trách chương trình thời sự. Cự Nhật Quyền Lộc là người dám kiếm tiền và dám chi tiêu.

Cự Nhật tại cung Dần có thể làm giáo sư, nghiệp vụ chuyên môn, diễn viên lồng tiếng, ca sĩ.

Cự Nhật tại cung Thân có thể làm các nghề mang tính nghiệp vụ, như thư ký, thông dịch viên.

Tử Vi Thất Sát	**Mệnh** Vô chính diệu		
			Quan Lộc Vô chính diệu
Tài Bạch Thái Dương Cự Môn			

Vô Chính Diệu Toàn Thư – Tác giả Rosy Rain

Mệnh Vô Chính Diệu – Thiên Đồng Thái Âm đối cung

Nhìn chung, người Mệnh Vô Chính Diệu rất khó thay đổi định kiến của bản thân. Khi đã hình thành ý kiến, họ khó thay đổi, đồng thời không phản ứng ngay lập tức do cung mệnh không có chính tinh để tiếp thu và biểu đạt kịp thời.

Tổ hợp này thuộc mẫu người thiếu thốn tình cảm, nên khi yêu dễ mất phương hướng; thất tình thường dẫn đến hoảng loạn, cảm giác bất an về tình cảm. Họ dễ phủ nhận tính chân thực của tình yêu, nghi ngờ sự trung thành trong tình cảm, dẫn đến đau khổ cá nhân và có thể ảnh hưởng đến sự ổn định của hôn nhân.

- Hình 1: thuộc nhóm kiên cường, dễ đạt thành công.

- Hình 2: thuộc nhóm có khả năng biểu đạt kiến giải.

Vô Chính Diệu Toàn Thư – Tác giả Rosy Rain

Thái Dương, Cự Môn (Cự Nhật tại cung Tài Bạch)

Cung Thiên Di, Thiên Đồng TháiÂm.

Tử Vi Thất Sát	**Mệnh** Vô chính diệu		
			Quan Lộc Vô chính diệu
Tài Bạch Thái Dương Cự Môn		**Thiên Di** Thiên Đồng Thái Âm	

Mệnh Vô Chính Diệu – Đồng Âm đối cung

Người này có vẻ mặt thân thiện, tươi cười rạng rỡ, khí chất văn nhã (cung Di có Thiên Đồng), lễ độ, thường gây ấn tượng tốt với mọi người.

- Sao Thái Dương: biểu hiện sự lễ độ, chân thành, quan tâm mà không giả dối.

- Sao Cự Môn: năng lực phân tích, giải thích, thuyết phục, tạo cảm xúc và niềm tin nơi người khác.

- Cự Nhật: nói năng rõ ràng, có khả năng ngoại giao, phát ngôn viên, làm truyền thông, phù hợp với công việc giáo dục hoặc truyền thông.

Nhờ thái độ thân thiện và khả năng thuyết phục, người này có thể tạo uy tín và lòng tin, thích hợp trở thành chủ kênh mua sắm online, truyền hình, quảng cáo nhờ khả năng thích nghi công việc tốt.

- Lưu ý: Cự Nhật cần được cát hóa bằng Khoa, Quyền, Lộc, hoặc Tả Hữu, Khôi Việt. Nếu thiếu cát tinh mà gặp sát tinh, chỉ nổi bật bề ngoài, sống ảo, ham hư danh, ví dụ mượn tiền tổ chức sinh nhật hay lễ cưới rồi đi trả nợ.

Vô Chính Diệu Toàn Thư – Tác giả Rosy Rain

Nguyên tắc vận dụng:

- Cự Môn: năng lực nổi tiếng nhờ khẩu tài, dùng ngôn từ để thuyết phục.

- Thái Dương: năng lực tỏa sáng, kết hợp với Cự Môn sẽ tạo uy tín và danh tiếng.

- Người sở hữu bộ Cự Nhật cần học tập và đọc nhiều để có kiến thức, biết tỏa sáng đúng nơi. Nếu khiêm tốn, không tự cao tự đại, bộ sao này trở thành ngọc quý trong đá, giá trị vô cùng cao.

Mệnh tại Ngọ, vô chính diệu, Đồng-Âm đối cung

- Tính cách: tự cao tự đại, phong lưu, thích giao du.

- Thích làm người lãnh đạo; tính tình trong sáng, nếu có cát tinh đồng cung thì gia vận hưng vượng.

- Khoan dung, lời nói sắc bén, khiến người khác nể phục.

- Thường chú ý đến những việc có lợi cho bản thân; tính tôi tớ cao, lời nói và hành động đôi khi không thống nhất trong nội tâm.

Lời Khuyên: Phàm làm việc gì đều phải thành thực, mới có thể hy vọng đạt thành công.

Vô Chính Diệu Toàn Thư – Tác giả Rosy Rain

Luận cung mệnh tại Tý – Vô Chính Diệu, Thiên Đồng – Thái Âm đối cung

Người có mệnh tại Tý thường thể hiện thái độ lạc quan đối với cuộc sống, khí chất văn nhã. Trong quan hệ bạn bè, họ luôn tôn trọng tình xưa nghĩa cũ, không có quan điểm "có mới bỏ cũ".

- Thể hiện sự nhẫn nhịn trong quan hệ vợ chồng.

- Không thù lâu, có thái độ khoan dung và độ lượng.

- Dễ phạm đào hoa, giao du rộng rãi.

- Thường dễ dàng thừa nhận sự việc và biết hối hận.

Lời Khuyên: Không nên có thái độ chủ quan quá mức, vì điều này dễ dẫn đến phán đoán sai lầm.

Phần 9

Vô Chính Diệu Toàn Thư – Tác giả Rosy Rain

Vô Chính Diệu Toàn Thư – Tác giả Rosy Rain

Mẫu người Vũ Tham (Vũ Khúc – Tham Lang)

Vũ-Tham, dù nam hay nữ, thuộc mẫu người có bề ngoài thu hút, duyên dáng, dễ tạo thiện cảm với người khác giới. Nếu có thêm Đào Hoa, khó tránh khỏi những bẫy tình trong cuộc đời; chuyện tình cảm thường nhiều phiền phức.

Cung Phúc có Thiên Tướng, đối cung có Liêm – Phá tại cung Tài, chủ về lòng chính nghĩa và cảm thông sâu sắc. Không nên gặp sát tinh, bởi khi gặp sát tinh, tình cảm và lý trí khó cân bằng, dễ bị kích động.

Cung Thiên Di thuộc Vô Chính Diệu, cần quan sát chính cung mệnh để đánh giá tổng thể. Người này ở nửa đầu đời thường thiếu định hướng chuẩn mực. Nếu có Tam Hóa, Khoa – Quyền – Lộc, sẽ dễ nổi tiếng trong lĩnh vực kinh thương. Khi đồng cung Kình – Dương, tính chất hoạt động mạnh, nếu không khéo léo dễ gặp họa; phù hợp với nghề nghiệp quân nhân, cảnh sát, hay công việc xông pha nguy hiểm, ví dụ trấn giữ biên giới.

Vũ – Tham đủ tiêu chuẩn để làm tướng: có dũng khí, đảm lược, khả năng suy nghĩ và hành động độc lập, đưa ra quyết định. Khi kết hợp với Xương – Khúc, người này có năng lực lý luận, học thuật, trở thành thầy giỏi, chủ về lý thuyết.

191

Vô Chính Diệu Toàn Thư – Tác giả Rosy Rain

Cung Phụ Mẫu có Thái Dương – Cự Môn

Cung Phụ Mẫu có Thái Dương và Cự Môn chủ về cha mẹ từng rời quê hương lập nghiệp; nếu có sát tinh, cha mẹ dễ gặp nạn tai.

Người Vũ Tham được Giáp Nhật – Nguyệt chiếu, nên ảnh hưởng cung Phụ Mẫu rất rõ, đồng thời thể hiện rằng sự tu dưỡng bản thân đóng vai trò quan trọng trong cuộc đời. Giáp Âm – Dương cũng là dấu hiệu người này thuận lợi đi ra ngoài, dễ nhận trợ lực, đây là mấu chốt cho cung đối của Vô Chính Diệu Vũ – Tham (đối cung Liêm – Phá, Tử – Sát). Nhờ đó, người Vũ Tham có nhân sinh quan tích cực.

Vũ – Tham là người nhiều tham vọng; tính chất tham vọng có thể tốt hoặc xấu tùy theo các sao đồng cung. Tham vọng tích cực biểu hiện qua việc học hỏi và cống hiến; tham vọng tiêu cực thể hiện qua tư lợi, ưu tiên lợi ích bản thân hơn người khác.

Vũ Khúc không ưa Linh Hỏa, nhưng khi kết hợp với Tham Lang tạo thành cách Hỏa Tham hoặc Linh Tham, có thể mang lại tiền tài, lợi ích bất ngờ.

Cung Tài có Liêm Trinh – Phá Quân

Liêm Trinh không phải là sao Lộc, trong khi Phá Quân là "hao tinh", ám chỉ nguồn tiền không ổn định; nếu có thêm Hóa Lộc, có thể kèm theo nghề nghiệp hoặc kiêm chức vụ. Nếu gặp Không – Kiếp, đôi khi vẫn có cơ hội phát tài nhưng khó giữ được. Trong thời đại hiện nay, lý tưởng và mục đích sống đa dạng ở nhiều cấp độ, khiến người này dễ choáng ngợp, không biết theo đuổi lý tưởng nào, và dễ thất vọng khi nhận ra giá trị theo đuổi không trọn vẹn. Điều này tạo ra khủng hoảng về lý tưởng sống.

Lời khuyên: Không nên tham vọng thái quá hoặc đặt lý tưởng quá cao mà sinh trắc trở. Tránh sát phạt, cần biết chừa đường lui; không nên đầu cơ hay đầu tư mạo hiểm. Cung Tài thường trải qua nhiều lần tán tụ, thất thường; một thời gian dài khó khôi phục nguyên khí. Đây là tuýp người thông minh, có tài năng đặc biệt nhưng khó khai phát toàn bộ năng lực (Cung Tật Ách có Cự Nhật). Người mệnh Giáp hai cung Vô Chính Diệu, do tính cách mượn cung an sao: một cung chịu ảnh hưởng Thái Dương, một cung chịu ảnh hưởng Thái Âm. Điều này cho thấy số thuận lợi ra ngoài, được người nước ngoài tín nhiệm, thông minh và lãng mạn nhưng bề ngoài hơi nghiêm nghị. Khi đã xác định mục tiêu, họ kiên trì theo đuổi đến cùng. Cuộc đời, dù đi thuận hay nghịch, gặp

193

cung Vô Chính Diệu, từ nhỏ đã hình thành thói quen tự lập và có phần biệt dị. Họ yêu thích những điều ít người biết, đặc biệt có duyên với tôn giáo, nhất là khi cung mệnh có Bạch Hổ, Hoa Cái hoặc Không Kiếp. Vì cung **Tật Ách có Thái Dương – Cự Môn** nên xem trọng công danh sự nghiệp, đồng thời khơi dậy nhiệt tình tham gia các việc công ích. Có năng lực cảm thụ tinh tế. Mệnh được Vũ – Tham xung chiếu nên có sức hút với người khác giới, cả nam lẫn nữ, nhưng trong tình cảm lại không được thuận lợi

Quan Lộc	Nô Bộc	Thiên Di	Tật Ách
Tử Vi			
Thất Sát			
Điền Trạch			**Tài Bạch**
Thiên Cơ			Liêm Trinh
Thiên Lương			Phá Quân
Phúc Đức			**Tử Tức**
Thiên Tướng			
Phụ Mẫu	**Mệnh**	**Huynh Đệ**	**Phu Thê**
Thái Dương	Vũ Khúc	Thiên Đồng	Thiên Phủ
Cự Môn	Tham Lang	Thái Âm	

		★	THIÊN MÃ
THIÊN MÃ			
★	CUNG MỆNH Ở TỨ MỘ		
			★
THIÊN MÃ			THIÊN MÃ
	★		

Mệnh ở Tứ Mộ – Phu thê ở Tứ Mã (hoặc ngược lại).

Mệnh có Hoa Cái – Phu thê có Thiên Mã (lúc này cung Nô bộc sẽ có Đào Hoa).

Cần lưu ý: Thiên Mã không nên gặp Tuần hay Triệt.

Nếu có thêm Lộc Tồn, Thiên Mã, Tuần Triệt: số văn hôn.

Vô Chính Diệu Toàn Thư – Tác giả Rosy Rain

Tình cảm và hôn nhân

Mệnh an tại Tứ Mộ, cung Phu Thê cư Tứ Mã, thường số kết hôn muộn. Người phối ngẫu có khả năng xuất thân phương xa, hoặc sau hôn nhân vợ chồng cùng rời quê quán để lập nghiệp thì dễ phát tài. Cung Tài có Thiên Tướng, nhị hợp với cung Điền Trạch vô chính diệu, cho thấy sau kết hôn bản mệnh đặc biệt quan tâm, lo lắng và mong cầu ổn định về chỗ ở.

Phu Thê Tử vi Thất Sát		**Mệnh** Vô chính diệu ★	Phụ Mẫu
Tử Tức Thiên Cơ Thiên Lương	• Mệnh ở Tứ Mộ • Phu Thê Tứ Mã • Mệnh có Hoa Cái • Phu Thê Có Thiên Mã		Phúc Đức Liêm Trinh Phá Quân
Tài Bạch Thiên Tướng			Điền Trạch
Tật Ách Thái Dương Cự Môn	Thiên Di Vũ Khúc Tham Lang	Nô Bộc Thiên Đồng Thái Âm	Quan Lộc Thiên Phủ

Vì xem trọng tình thân, tình yêu và tình bạn nên tôi thường hết lòng với mọi người. Tuy nhiên, mệnh lục hại cùng cung Nô Bộc có Thiên Đồng – Thái Âm, lại thêm Hoa Cái ở Mệnh, Đào Hoa ở Nô, khiến tôi tuy được phái nữ mến mộ nhưng nhiều lúc lúng túng trong giao tiếp. Đây cũng là mẫu người hay giúp đỡ bạn bè, song dễ vướng thị phi vì chính tình bạn ấy.

Thiên Phủ	Thiên Đồng Thái Âm	**Thiên Di** Vũ Khúc Tham Lang	Thái Dương Cự Môn
Liêm Trinh Phá Quân			Thiên Cơ Thiên Lương
	Mệnh Vô chính diệu		Tử Vi Thất Sát

Ảnh hưởng của cách **Vũ Khúc – Tham Lang tại cung Thiên Di** cho thấy bản thân có xu hướng tự thân lập nghiệp, nhiều khi đi ra ngoài mới dễ phát huy tài năng. Đây là mẫu người có khả năng tạo dựng kỳ tích từ chính nghị lực và sự xông xáo của bản thân, thường không ưa lối mòn, càng trải nghiệm càng tỏa sáng.

197

Mệnh vô chính diệu, hai cung bên không có chính tinh, may mắn mượn cung an sao nên được ảnh hưởng bởi Nhật – Nguyệt. Từ thuở nhỏ, cuộc sống không luôn trải thảm hoa; những thử thách và khó khăn dường như chất chồng, đôi khi gây cảm giác bế tắc và mất hy vọng. Tuy nhiên, đây cũng chính là cơ hội để bản thân tự tạo ra kỳ tích nhờ sự kiên trì và nỗ lực không ngừng.

Người này thuộc túyp đa học, đa năng, phong cách hành sự vững chắc và thực dụng. Mọi việc trong đời tiến triển tuần tự, từng bước một. Bản chất thủ quy củ nhưng không đơn điệu; biết từ bỏ những điều trần tục để theo đuổi tri thức, khai mở tâm trí và linh cảm. Họ có khuynh hướng kiên định với mục tiêu, nhắm tới lý tưởng bằng cách trực tiếp hoặc vòng vèo, đồng thời vẫn biết đối mặt thực tế để ổn định tài chính. Lối sống vừa lãng mạn vừa thực tế, kết hợp kỷ luật và tinh thần trách nhiệm trong công việc.

Mẫu Người Thích Tìm Hiểu Thế Giới Siêu Linh

Người này tò mò, quan tâm đến thế giới siêu linh, các kỳ nhân huyền bí và hiện tượng kỳ diệu. Họ dễ hứng thú với sự tích tôn giáo và các hiện tượng tự nhiên lạ thường.

Khi gặp hạn sao Thiên Cơ, khả năng nghiên cứu huyền học, tâm linh của họ được khai mở, tiếp nhận tri thức siêu hình sâu sắc.

Vô Chính Diệu Toàn Thư – Tác giả Rosy Rain

Hạn Tử-Sát, Cơ-Lương, Thiên Tướng, Cự-Nhật – Vũ-Tham

- **Tử-Sát:** Hạn cơ bản tốt cho người Vô Chính Diệu. Tử Vi mang danh tiếng, Sát-Phá-Quân thúc đẩy biến đổi lớn trong đời. Cần chủ động "cách mạng hóa" cuộc sống; Tuần-Triệt có thể gây sự cố ngoài ý muốn. Chú ý tai nạn và trách nhiệm quá sớm so với kinh nghiệm.

- **Cơ-Lương:** Thành tựu về học vấn, nhưng tình cảm chưa thật sự viên mãn, dễ trằn trọc.

- **Thiên Tướng:** Niềm vui chủ yếu về tình cảm, sự thay đổi công việc thường xuất hiện vào cuối hạn.

- **Cự-Nhật:** Đi xa, làm lại từ đầu.

- **Vũ-Tham:** Hạn thuận lợi; nên hành động chậm rãi, tránh quá cấp tiến gây thất bại.

Mẫu người Vô Chính Diệu – Tử Vi – Tham Lang đối cung.

Mẫu người Vô Chính Diệu có Vũ – Tham đối cung thể hiện tính cách khác biệt so với mẫu người Vũ – Tham thủ mệnh. Trong khi Vũ – Tham thủ mệnh biểu thị tham vọng rõ ràng, danh vọng chi phối hành vi, và cá tính quyết đoán nhờ tam phương tứ chính hội tụ các bộ sao mạnh, thì mệnh Vô Chính Diệu Vũ – Tham chiếu có tính chất phức tạp và dị thường hơn.

Nhóm này thường đa sầu đa cảm, lúc năng động hùng hồn, khi lại trầm lặng hướng nội; thích độc lập và tự chiêm nghiệm, thể hiện tư chất trung thủy và lòng tình cảm sâu nặng. Quan hệ xã hội ít bạn thân nhưng rất tận tâm với người đã gắn bó, trong tình cảm thường hướng tới đối tượng đã có vị trí ổn định, khó lay chuyển.

Khi Tham Lang đồng cung Vũ Khúc, năng lực bẩm sinh kết hợp với phẩm chất cần cù, rèn luyện nghiêm túc, giúp họ phát triển toàn diện cả về trí tuệ lẫn kỹ năng thực hành. Đây là minh chứng cho nguyên lý: thiên tài là tổng hòa giữa năng lực bẩm sinh và nỗ lực rèn luyện (1% thiên phú, 99% công sức).

202

Mẫu người Vô Chính Diệu Vũ – Tham đối cung sở hữu năng lực truyền cảm hứng và tạo ảnh hưởng. Khi phát huy tiềm năng, cá nhân không chỉ biến đổi bản thân mà còn có khả năng tác động tích cực đến môi trường xung quanh. Mỗi hành động, dù nhỏ, đều có thể tạo ra hiệu ứng lan tỏa, củng cố niềm tin và khích lệ hy vọng cho những người khác. Trở thành nguồn cảm hứng không nhất thiết phụ thuộc vào những thành tựu vĩ mô; việc sống trọn vẹn với đam mê và duy trì thái độ tích cực cũng đủ để tạo ra tác động đáng kể.

Công việc và nghề nghiệp của người Vô Chính Diệu Vũ – Tham đối cung

Người Vô Chính Diệu Vũ – Tham đối cung, do hai cung bên đều vô chính diệu nhưng mượn sao an cung nên được Nhật – Nguyệt chiếu, thường có duyên đi xa lập nghiệp. Thế giới bên ngoài của cá nhân này được chiếu sáng bởi Âm – Dương, mang nhiều thuận lợi và sự trợ lực từ người nước ngoài. Ngôn ngữ là công cụ hỗ trợ đắc lực cho sự thành công.

Người thuộc mẫu này đa tài, đa nghệ, tính cách hơi lạnh lùng nhưng khi yêu lại nồng nàn. Họ nên rèn luyện một nghề có giá trị tự thân để tự bảo vệ bản thân. Họ có năng lực vượt trội trong công nghệ, kỹ thuật, cơ khí, đồng thời sở hữu mắt thẩm mỹ, phù hợp với lĩnh vực nghệ thuật, thẩm mỹ, làm răng sứ. Nếu mệnh có Hoa Cái, Thanh Long, Bạch Hổ, Không Kiếp, khả năng trở thành nhà mệnh lý học tài ba là rất cao.

Mục tiêu nghề nghiệp nên hướng đến việc giúp đời, bởi chỉ khi cống hiến và giúp người, cuộc sống mới thực sự có ý nghĩa. Cần tránh ràng buộc bản thân vào những gì đã qua; thay vào đó, hãy chủ động mở lối đi mới, tìm con đường phát triển phù hợp với năng lực và tiềm năng của mình.

Tử Vi – Thất Sát thủ cung Phu Thê

Người có Thất Sát thủ cung Phu Thê thường gặp khó khăn trong tình cảm so với người bình thường. Tâm trạng dễ bất định, đôi khi chịu ảnh hưởng bởi đối tượng. Cung Nô Bộc có Thiên Đồng – Thái Âm cho thấy bạn bè thường có dung mạo ưa nhìn; bản thân đương số là người tình sâu nặng, song tính cách hơi ngoan cố, bảo thủ, dẫn đến khó hòa hợp giữa cung Mệnh và cung Phu Thê có bộ Tử – Sát.

- **Tử Vi**: sao vua, chủ về người phối ngẫu có giáo dục, khí chất.

- **Thất Sát**: cô sát tinh, không thích bị ràng buộc, tượng trưng người phối ngẫu tự lập, giỏi giang, không ỷ lại. Tình cảm sâu nặng, khó thay đổi ngay cả khi là tình buồn.

Nam mệnh: Nên lấy vợ có sự nghiệp riêng, hoạt động bên ngoài; tránh nội trợ toàn thời gian, vì dễ biến Thất Sát thành lệnh tinh, gây tranh cãi gia đình. Nếu không gặp sát tinh hay Tuần – Triệt, vợ vẫn là người mạnh mẽ, có năng lực chỉ huy từ trong nhà ra ngoài đường.

205

Nữ mệnh: Người phối ngẫu nên có sự nghiệp, ưu tiên chồng lớn tuổi, có phong thái, chí hướng cao xa, tính mạnh mẽ và hơi gia trưởng. Người nữ có Phu Thê thủ Tử – Sát sẽ là trợ thủ đắc lực, tháo vát và thông minh. Khi có sát tinh, đôi lứa ít gặp nhau do công việc xa nhà; hôn nhân thường muộn.

Hạn: Sau 40 tuổi, gia đình có thể gặp biến cố, đặc biệt ở cung Quan Lộc; nên nhẫn nhịn, lắng nghe, tránh cứng nhắc.

Phú về mẫu người Vũ – Tham

- Vũ Khúc – Tham Lang gia sát Kị: Nếu Vũ Khúc – Tham Lang gặp thêm sát tinh hoặc hóa Kị, thường theo nghề kỹ nghệ.

- Vũ Khúc – Tham Lang Tài Trạch hoạnh phát tư tài: Khi Vũ – Tham cư Tài/Điền Trạch, đôi khi bộc phát về tiền tài và của cải; nếu gặp Kị thì phải lưu ý Không – Vong.

- Vũ – Tham mô trung cư, tam thập tải phát phúc: Tham Lang, Vũ Khúc đóng tại mộ địa (Thìn, Tuất, Sửu, Mùi) ở mệnh, thường ngoài 30 tuổi mới phát triển sự nghiệp.

- Tham Vũ bất phát thiểu niên: Tiền vận gặp khó khăn, hậu vận phú quý.

- Vũ – Tham đồng hành văn cảnh biên di thần phục: Khi đi đôi, công danh có thể oanh liệt nhưng thường muộn.

- Nguyên tắc lưu ý: Chớ để gặp Kình Dương. Có câu: "Đất Tứ Mộ Hỏa Linh Tham Vũ, có uy quyền chớ ngộ Kình Dương".

207

Phần 10: Mệnh Vô Chính Diệu – Cự Nhật đối cung

1. Địa phần và quyền hạn thuộc người Vô Chính Diệu (VCD)

2. Đặc tính sao Thái Dương; 3 đặc điểm mệnh Thái Dương

3. Hai sắc thái thủ mệnh của Cự Môn

4. Hạn gặp sao Cự Môn

5. Cách cục đặc biệt: Cự Môn tại Thìn – Tuất

6. Đặc tính mệnh Thái Dương – Cự Môn

7. Vai trò Tuần – Triệt đối với mệnh Cự Nhật tại cung Thân

8. Xét cung Phụ Mẫu của người Cự Nhật

9. Cự Nhật nhị hợp Thiên Phủ: ý nghĩa

10. Cung Tài Bạch nhị hợp Thiên Tướng

11. Mệnh Cự Nhật làm kinh doanh: điều kiện cần

12. Mệnh ở 4 cung Đào Hoa (Tý, Ngọ, Mão, Dậu)

13. Mệnh ở 4 cung Tứ Mộ

14. Mệnh ở 4 cung Tứ Mã và ngành nghề phù hợp (Dần, Thân, Tỵ, Hợi)

15. Thái Dương – Cự Môn thủ mệnh trong đại hạn hoặc tiểu hạn

16. Mệnh Cự Nhật tại Dần, Thân: những lưu ý

209

Điền Trạch Tử Vi Thất Sát	Quan Lộc	Nô	Thiên Di
Phúc Đức Thiên Cơ Thiên Lương			Tật Ách Liêm Trinh Phá Quân
Phụ Mẫu Thiên Tướng	**MỆNH THÁI DƯƠNG – CỰ MÔN**		Tài Bạch
Mệnh Thái Dương Cự Môn	Huynh Đệ Vũ Khúc Tham Lang	Phu Thê Thiên Đồng Thái Âm	Tử Tức Thiên Phủ

Trên thiên bàn đã có sự sắp xếp trật tự, vậy tại sao vẫn còn xuất hiện các cung Vô Chính Diệu? Trong mười hai cung chỉ có mười bốn chính tinh. Trường hợp nhiều cung có hai chính tinh đứng cặp trong cùng một cung, như tinh hệ Tử Vi – Thất Sát tại Tỵ, thì phải có Liêm Trinh – Phá Quân ở Dậu.

Cụ thể:

- Thiên Đồng – Thái Âm ở Tý
- Cự Môn – Thái Dương ở Dần
- Thiên Cơ – Thiên Lương ở Thìn
- Vũ Khúc – Tham Lang ở Sửu

Vô Chính Diệu Toàn Thư – Tác giả Rosy Rain

Như vậy, sáu cặp sao này đóng tại sáu cung, còn lại Thiên Phủ đóng một mình ở Hợi và Thiên Tướng một mình ở Mão, dẫn tới bốn cung không có nhóm sao nào an vị, gọi là cung Vô Chính Diệu. Dù là Vô Chính Diệu, mỗi cung vẫn chịu ảnh hưởng của một nhóm sao, xem như địa phận thuộc quyền của nhóm đó, không thể coi là trung lập hay không theo nhóm nào.

Ví dụ:

- Tinh hệ Tử Vi – Thất Sát tại Tý, cung Ngọ Vô Chính Diệu phải coi như là đất của nhóm sao Cơ – Nguyệt – Đồng – Lương – Cự Nhật ở Dần.

- Cung Mùi Vô Chính Diệu liên quan đến Thiên Tướng, Thiên Phủ, Tử Phủ, Vũ – Tướng – Liêm.

- Cung Thân Vô Chính Diệu được xem là căn cứ của nhóm sao Cơ – Nguyệt – Đồng – Lương – Cự Nhật.

- Cung Tuất, tương tự cung Thân, cũng được coi là đất của nhóm Cơ – Nguyệt – Đồng – Lương – Cự Nhật.

Trong Tử Vi, chỉ có hai bộ sao là Cự Nhật và Đồng – Lương có sự liên kết chặt chẽ, treo cao, ảnh hưởng trực tiếp đến các cung Âm và giúp chúng nhận những điều tốt đẹp:

- Cự Nhật nhị hợp Thiên Phủ (cung Âm)
- Đồng – Lương nhị hợp Liêm – Tham (cung Âm)

212

Tử Vi **Thất Sát**	VCD	VCD	VCD
Thiên Cơ Thiên Lương Thiên Tướng	**THIÊN BÀN** **TỬ VI – THẤT SÁT** **Ở CUNG TỴ**		Liêm Trinh Phá Quân VCD
Thái Dương Cự Môn	Vũ Khúc Tham Lang	Thiên Đồng Thái Âm	Thiên Phủ

Thiên Phủ	Thiên Đồng Thái Âm	Vũ Khúc Tham Lang	Thái Dương Cự Môn
VCD Liêm Trinh Phá Quân	**MỆNH TẠI DẦN VÔ CHÍNH DIỆU** **THÁI DƯƠNG – CỰ MÔN ĐỐI CUNG** ĐỊA PHẬN THUỘC QUYỀN CỦA CƠ NGUYỆT ĐỒNG LƯƠNG VÀ CHỊU ẢNH HƯỞNG CỦA CỰ-NHẬT		Thiên Tướng Thiên Cơ Thiên Lương
Mệnh **Vô Chính Diệu**	VCD	VCD	Tử Vi Thất Sát

Đặc tính của sao Thái Dương

Ba đặc điểm của người Thái Dương thủ Mệnh

Đặc tính quan trọng của Thái Dương là phát ra ánh sáng và nhiệt. Trong đời người, Thái Dương chủ về thanh danh và quý hiển. Chỉ khi đồng cung với các sao tài phú như Thái Âm, Hóa Lộc, Lộc Tồn, mới có thể luận thêm về tài lộc; nếu không, vẫn chỉ nên luận là chủ về quý chứ không hẳn là giàu có.

Bản chất của Thái Dương là chủ về quý. Vì vậy, Thái Dương ưa gặp những sao có tính chất quý hiển như Thiên Khôi, Thiên Việt, Thiên Lương. Nếu trong đại hạn hoặc tiểu hạn gặp thêm các sao quý như Tử Vi, Thiên Phủ, Thiên Lương, Thái Âm, thì đây được xem là niên hạn khai vận. Đặc biệt, nếu có thêm Khôi – Việt thì trong hạn đó thường có nhiều cơ hội thuận lợi.

Thái Dương vốn đã có đặc tính phát xạ, vì thế khi ở trạng thái Miếu – Vượng, không nên gặp quá nhiều sao cũng mang tính chất phát xạ mạnh như Thiên Mã, Linh Tinh, Hỏa Tinh, Phi Liêm, Phá Toái, Cô Thần, Quả Tú. Nếu hạn đi vào Thiên Thương hoặc tiểu hạn có Thiên Sứ, thì dễ bị khuyếch tán thái quá, thành ra trống rỗng và thiếu thực tế.

214

Vô Chính Diệu Toàn Thư – Tác giả Rosy Rain

Thái Dương tọa mệnh có 3 đặc điểm:

1. Hào phóng, không tính toán, không so đo tiểu tiết.

2. Danh lớn hơn lợi (Thái Dương chủ về Quý, Thái Âm chủ về Phú). Thái Dương thủ mệnh, cho dù sự nghiệp phát triển lớn cũng chưa chắc là đại Phú.

3. Tâm cao khí ngạo, ít nể phục ai, trừ khi người kia rất có danh vọng hoặc tài lãnh đạo. Còn không, người Thái Dương thường cảm thấy vận khí mình không tốt, chứ ít khi cảm thấy mình có chỗ nào không bằng người.

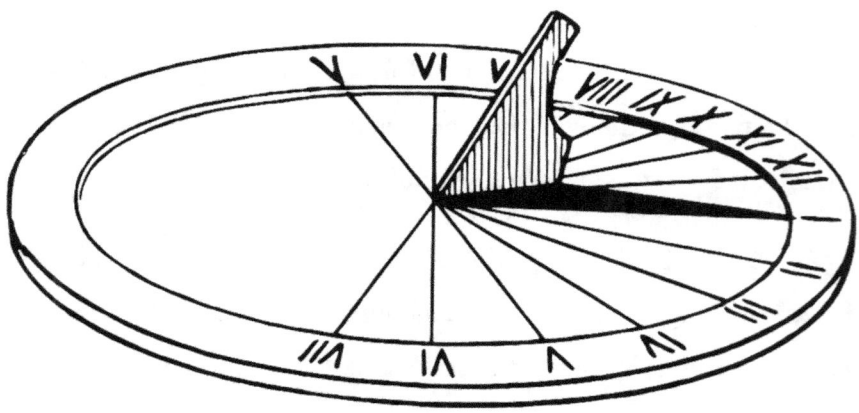

Vô Chính Diệu Toàn Thư – Tác giả Rosy Rain

Hai sắc thái đặc biệt của sao Cự Môn

Vô Chính Diệu Toàn Thư – Tác giả Rosy Rain

Trong Đẩu số, Cự Môn là ám tinh.

Gọi là "Ám tinh" không phải vì bản thân Cự Môn không có ánh sáng, mà vì nó có khả năng che lấp ánh sáng của người khác, do đó được gọi là "Ám tinh". Việc che mất ánh sáng của người khác chính là sắc thái đặc biệt nhất của Cự Môn.

Ví dụ, trong trường hợp ngoài xã hội, khi nghị luận thao thao bất tuyệt, người khác đều trở thành thính giả. Cách biểu hiện cái tôi như vậy chính là sắc thái đặc biệt của Cự Môn. Đây là sắc thái thứ nhất.

Thứ hai, Cự Môn còn có sắc thái đa nghi, thường có cách nhìn hơi phiến diện, một chiều. Khi chỉ biết một phía, người mệnh Cự Môn thường sinh nhiều nghi ngờ. Nhưng khi đã hiểu rõ và nhận thấy sự chân thành, họ sẽ từ nghi ngờ mà chuyển sang cảm thông; lòng trắc ẩn khi ấy bắt đầu xuất hiện và biến thành tình yêu thương.

Vô Chính Diệu Toàn Thư – Tác giả Rosy Rain

Cung Phúc Đức của người Cự Môn luôn có sao Thiên Lương (Ấm tinh – chủ về sự bảo bọc và giúp đỡ), điều này cho thấy người Cự Môn vốn có bản chất lương thiện. Vì vậy, khi đánh giá mệnh Cự Môn cần đặc biệt chú ý đến các sao hội họp, để xem chúng làm tăng cường hay làm giảm bớt, hoặc có khả năng "nhuyễn hóa" hai đặc tính vốn có này (tức là tạo môi trường để chuyển hóa tính chất).

Sao có thể hóa giải "ám tính" của Cự Môn trước tiên chính là sao **Thái Dương**. Khi Thái Dương ở thế sáng, miếu vượng, cổ nhân có câu:

"**Cự Nhật đồng cung, quan phong tam đại**" – tức Cự Môn và Thái Dương đồng cung thì ba đời được hiển quý.

Thông thường, Cự Môn đi cùng Thái Dương là cách cục tốt nhất, nhưng trong đó vẫn có những biến hóa đặc biệt cần lưu ý.

Đại hạn hoặc lưu niên gặp Cự Môn

- Không nhất thiết biểu thị tính chất cố hữu của sao Cự Môn, mà phản ánh một giai đoạn đời người phải trải qua ảnh hưởng che phủ của nó.

- Nếu thiếu Thái Dương miếu vượng để hóa giải, lại không có Quyền – Lộc tương trợ, đồng thời hội thêm sát – kỵ tinh, thì thường chủ bất lợi: điều tiếng, thị phi liên miên, thậm chí dẫn đến phạm pháp, kiện tụng.

- Trường hợp hội được cát tinh hoặc cát hóa mới có thể chuyển nguy thành an, sau đó mới gặp hưng vượng.

- Về bản chất, Cự Môn trong hạn là dấu hiệu của phiền nhiễu, thị phi; người gặp phải cần hết sức thận trọng trong ngôn hành và giao tế.

Vô Chính Diệu Toàn Thư – Tác giả Rosy Rain

Cự Môn tại Thìn – Tuất

Cự Môn độc tọa ở hai cung Thìn, Tuất, khi gặp Hóa Lộc và đồng thời Văn Xương Hóa Kị cùng bay đến, đối cung lại có Thiên Đồng, đồng thời hội hợp Thái Dương Hóa Quyền. Trong trường hợp này, Thái Dương Hóa Quyền có thể điều hòa tính "ám" của Cự Môn; hơn nữa, bản thân Cự Môn ở mệnh đã có Hóa Lộc, nên tính chất được nhuyễn hóa.

Thiên Đồng lại có khả năng hóa giải ảnh hưởng bất lợi từ Văn Xương Hóa Kị, nhờ đó cấu thành một "cách cục đặc biệt". Cổ nhân có câu: *"Cự Môn tại Thìn, Tuất bất đắc địa, tân nhân mệnh ngộ phản vi kỳ"* (nghĩa là: Cự Môn ở Thìn – Tuất vốn bất lợi, nhưng nếu gặp được điều kiện đặc biệt thì trái lại thành kỳ cách).

Trong đó, sự phối hợp của Tả Phù, Hữu Bật, Xương, Khúc càng có tác dụng nhuyễn hóa nhược điểm của Cự Môn, biến thành ưu điểm. Ngược lại, nếu thiếu các yếu tố hóa giải, người mệnh này thường dễ bất mãn trong nội tâm, khó an định.

Đặc tính mệnh Thái Dương – Cự Môn

Cách cục Cự Nhật đồng cung: Cự Môn và Thái Dương đồng cung tại Dần hoặc Thân.

Cung Dần: Ánh sáng Thái Dương vượng, chiếu soi Cự Môn, cách cục thuận lợi, may mắn.

Cung Thân: Ánh sáng yếu, Cự Môn dễ mang tính "ám", cách cục kém lợi thế.

Đặc thù: Hai sắc thái trong một con người: cá tính mạnh mẽ, khẩu tài tốt, chịu thương chịu khó, nhiệt tâm với công ích. Có tinh thần cho đi, biết uyển chuyển: hôm qua là đối thủ, hôm nay có thể là cộng tác. Nghịch cảnh dễ gặp tiểu nhân hãm hại, nhưng đây là động lực giúp sự nghiệp bứt phá.

Người Cự Nhật tại Dần – Thân:

Đặc điểm chung

Cung Thân: Cần nghị lực, dễ bị ảnh hưởng, tình cảm chân thật nhưng dễ bị dẫn dụ.

Cung Dần: May mắn hơn, sự nghiệp phát triển rõ nét, song thường gặp cạnh tranh.

221

Nghề nghiệp thích hợp

Cung Dần: Luật sư, mậu dịch quốc tế, du lịch, y sư, giáo sư, ngoại vụ, pháp luật, chính trị, nghiên cứu học thuật.

Cung Thân: Quan hệ công chúng, quảng bá, bán hàng, tiếp thị, giáo dục; công việc hành chính ít phù hợp.

Duyên với hải ngoại: Có duyên với nước ngoài; nên học ngoại ngữ sớm. Trung niên, nếu tham gia chính trị hoặc làm người phát ngôn, cần cát hóa tinh trợ lực mới thành công.

Ảnh hưởng năm sinh: Sinh năm Tân, Quý, Canh, ban ngày an mệnh: hợp cách, dễ trở thành nhân tài ngoại giao, có thể đảm nhiệm vai trò quan trọng.

Cự Nhật/Cự Môn tại Tí – Ngọ tốt, nhưng nếu gặp sát tinh xung phá hoặc Hóa Kị, Kình Dương, Thiên Hình dễ thị phi, kiện tụng.

Lưu ý Cự Nhật tại Thân

Cát lực không rõ rệt; cần sửa đổi cá tính, sống tích cực.

Cần Tuần, Triệt hoặc cát hóa tinh tăng thuận lợi và giảm bất lợi.

222

Xét Cung Phụ Mẫu của người mệnh Cự Nhật

Thiên Tướng thủ cung Phụ Mẫu, thuộc tam hợp Thiên Phủ – đối cung Liêm Phá.

- Thiên Tướng là sao nhạy cảm, dễ chịu ảnh hưởng bởi các sao phụ tá như: Xương Khúc, Tả Hữu, Riêu, Linh, Hỏa, Điếu, Phục, Cô, Quả.

- Khi các sao phụ tá này hội chiếu, chủ về xa cách cha mẹ, hoặc tình cảm của cha mẹ khó hòa hợp, có thể phức tạp, bất định.

- Nếu Thiên Tướng gặp Đào Hoa, mối quan hệ tình cảm của cha mẹ càng có chiều hướng phức tạp.

- Nếu Thiên Tướng gặp Sát Tình, cha mẹ có thể hình khắc, có thể một người mất sớm hoặc đi thêm bước nữa.

- Cần xem xét thế Âm – Dương miếu vượng để đánh giá đúng tình huống của cha mẹ.

Ảnh hưởng của Phúc Đức:

223

- Khi cung Phúc Đức có Thiên Cơ – Thiên Lương, dù hoàn cảnh gia đình có khó khăn, người mệnh vẫn có khả năng lập kế hoạch, biết quản lý cuộc sống.

- Nếu cung Phúc Đức hội sát tinh, tư tưởng dễ thiên lệch; đi theo con đường triết học hoặc nghiên cứu học thuật sẽ giúp đạt thành tựu.

Mệnh Cự Nhật nhị hợp sao Thiên Phủ

Thiên Phủ nổi bật với tính cách kín đáo, ít nói, suy tính thấu đáo và có thái độ xử thế của người quân tử. Khi giao tiếp, họ luôn chững chạc, không hứa hẹn bừa bãi hay hành động liều lĩnh, nên đôi khi bị đánh giá là lạnh lùng, không sốt sắng, mặc dù trong thâm tâm rất vị tha. Chính vì đặc tính này mà Phá Quân hiếm khi đồng cung với Thiên Phủ trong bố cục các chính tinh.

Khi mệnh Cự Nhật nhị hợp Thiên Phủ tại cung Tử Tức, người này thường rất thương yêu con cái. Nếu không có sát tinh, về già sẽ được con cháu hiếu thảo, chăm sóc chu đáo. Cung Tử Tức cũng thể hiện lớp hậu bối, học trò mà người mệnh đào tạo. Những người mệnh Cự Nhật có cung Tử Tức đẹp thường có khả năng đào tạo ra nhân tài trong đời.

Cung Tài nhị hợp sao Thiên Tướng

Thiên Tướng – giống như Thiên Phủ – khi đóng ở bất kỳ vị trí nào cũng giữ nguyên ảnh hưởng của nó. Sao này mang đặc tính quân tử trượng phu, cao thượng; do đó các sao như Không, Kiếp khi gặp Thiên Tướng cũng phải kiêng cữ, không dám vượt mặt.

Tuy nhiên, trong giao tiếp với người có Thiên Tướng, nên chấp nhận nhường một chút để giữ hòa khí, vì sao này thích chỉ huy, hơi kiêu căng và tự ái.

- Cung Tài vô chính diệu: Tiền bạc không ổn định, tính thích cho đi, ít tính toán chi li.

- Thiên Cơ đóng cung Phúc: Nhiều suy nghĩ, mệnh dễ vất vả; kết hợp với cung Tật Ách có Liêm, Phá, khi gặp khó khăn, người Cự Nhật thể hiện tư duy đột phá và khả năng xoay chuyển tình thế.

Cự Nhật cần hội Lộc Tồn để Kinh Doanh thuận lợi

- Thái Dương cư Dần, Cự Môn đồng cung: Người này có tu dưỡng, thận trọng, hành sự cẩn trọng và mang tham vọng, lý tưởng cao xa. Nếu không hội Lộc Tồn, hoạt động kinh doanh dễ gặp khó khăn, đời người thường trải qua nhiều cạnh tranh.

- Nghề nghiệp thích hợp: Văn nghệ, nghiên cứu học thuật, giáo dục, quản lý hành chính – các công việc này có thể mang lại danh tiếng và địa vị.

- Cổ ngữ minh chứng:

  o "Cự Nhật đồng cung, quan phong tam đại."

  o "Cự Nhật Dần cung thủ mệnh, vô Không Kiếp, Tứ Sát, thực lộc trì danh."

- Đặc điểm sinh năm Canh, Tân, Quý: Nếu hội lục cát tinh, mệnh phú quý. Cự Nhật tọa Dần thích hợp với các ngành chính trị, tư pháp, truyền thông, giáo dục, văn nghệ, phiên dịch, bác sĩ, luật sư, hoặc các nghề liên quan đến lời nói và giao tiếp.

Vô Chính Diệu Toàn Thư – Tác giả Rosy Rain

Ý nghĩa các vị trí mệnh Cự Nhật

1. Mệnh tại chỗ Đào Hoa (Tý, Ngọ, Mão, Dậu): Người này thích giao du bạn bè, có duyên với người khác giới, dễ tạo các mối quan hệ xã hội và hợp tác.

2. Mệnh tại Tứ Mộ: Lục thân có phần hình khắc, xuất hiện bất đồng hoặc khó khăn trong gia đình. Để phát triển, cần ra ngoài lập nghiệp và xây dựng sự nghiệp xa quê hương.

3. Mệnh tại Tứ Mã: Cuộc đời lao nhọc, gặp nhiều biến động lớn, thường bôn ba nơi xa. Sự nghiệp và công danh phát triển nhờ nỗ lực và di chuyển, ít gắn bó tại quê nhà.

4. Đặc điểm Thìn – Tuất: Thìn (Thiên La), Tuất (Địa Võng) báo hiệu một đời vất vả, gian truân, cần xuất ngoại hoặc ra ngoài mới phát triển sự nghiệp.

Ảnh hưởng các sao động tại Thìn – Tuất và Tứ Mã

1. **Sao động tại Thìn – Tuất:** Khi gặp các sao động như Thái Dương, Thiên Cơ, Thiên Lương, Thái Âm, cuộc sống thường biến động nhiều. Người mệnh này thường phải công tác xa hoặc giao dịch với người ngoài, ít khi ổn định tại chỗ.

2. **Hàm nghĩa Tứ Mã (Dần, Thân, Tỵ, Hợi):** Khi có bộ chính tinh kép (hai sao chính) xuất hiện tại các cung Tứ Mã, người này có thể làm hai nghề cùng lúc. Nếu hạn đến Tứ Mã gặp các sao như Tử Vi, Thiên Phủ, Thiên Đồng, Thái Dương, Thái Âm, Xương, Khúc, Lộc Tồn, Hóa Lộc, đây là cát lợi, chủ về thành công trong công việc và sự nghiệp.

3. **Thái Dương – Cự Môn tại cung mệnh trong đại hạn hoặc tiểu hạn.** Gặp sao cát: sự nghiệp phát triển, thay đổi nơi ở và công việc mới tốt đẹp. Gặp sao hung: lý tưởng khó thành hiện thực, dễ rơi vào phù phiếm và xa hoa. Thái Dương chủ về quý, khi đến hạn thường liên quan đến chính trị hoặc công việc phục vụ quần chúng.

4. **Hạn gặp Thái Dương:** Người mệnh sẽ vất vả, xa nhà, tiêu tốn nhiều tiền bạc.

229

Vô Chính Diệu Toàn Thư – Tác giả Rosy Rain

Lưu ý cho người mệnh Cự Nhật tại Dần – Thân

1. Biến động cuộc đời: Khi mệnh tọa ở Tứ Mã (Dần, Thân, Ty, Hợi) lại có Thái Dương, cuộc đời thường gặp biến động, dịch mã. Thái Dương tượng trưng cho người cha hoặc đàn ông trong gia đình; nếu là nữ mệnh, có thể gặp khó khăn với cha hoặc chồng, nên có các cát hóa để tăng khéo léo, ứng biến. Chủ về chậm hôn nhân và phát triển sự nghiệp muộn.

2. Gia đình và lối sống: Phúc Đức có Cơ – Lương, Huynh Đệ có Vũ – Tham và Thiên Tướng: người mệnh này thường yêu thương và bảo vệ người thân. Tuy nhiên, do tính chất công việc và sự nghiệp, sống xa gia đình là điều khó tránh.

3. Phát triển sự nghiệp: Cự Nhật biểu thị phát quý trước rồi phú theo sau: sự nghiệp phát triển chậm nhưng chắc. Người mệnh tại Dần: có phách lực, xử sự vững vàng, có lý tưởng và nỗ lực để hiện thực hóa lý tưởng. Người mệnh tại Thân: cần tăng thêm nghị lực, nếu không dễ bị ảnh hưởng, hòa theo người khác; trong tình cảm thường chân thật nhưng dễ bị dẫn dụ.

Cự Nhật thủ mệnh, cuộc đời nhiều biến chuyển.

Dù ở Dần hay Thân, bản chất mệnh vẫn an tại đất Tứ Mã, lục hại cung Điền cũng nằm ở đất Tứ Mã có bộ Tử – Sát. Cuộc đời thường nhiều lần thay đổi, chuyển chỗ ở, thay đổi công việc và làm nhiều nghề, bao gồm cung Quan, Tài, Thiên Di vô chính diệu và Nô Bộc vô chính diệu. Cung Mệnh phối với cung Điền (Điền Trạch là nơi tụ tài) có thể biết hoàn cảnh thời niên thiếu tốt hay xấu, mọi người trong nhà có gặp thương tổn hay không.

Ví dụ, nếu âm dương hãm, gặp Kình Dương, gia đình có thể có người bệnh tật hoặc bị tai nạn. Khi Tử – Sát đóng cung Điền, đối cung là Thiên Phủ (cái kho); sau này muốn biết có nhà to hay không phải xét Thiên Phủ.

Nếu Thiên Phủ có sao Lộc và không gặp Không – Vong thì nhà cửa đầy đủ, tự mua được, còn nếu Thiên Phủ "kho trống" thì sản nghiệp lung lay, đời đầu thường không ở một chỗ, hay phải di chuyển.

Tổ hợp cung Điền Trạch có Tử Vi cũng là cách hưởng lương nhà nước.

231

Tóm lại, người Cự Nhật trong tam hợp chỉ có cung Mệnh có bộ chính tinh kép Thái Dương – Cự Môn, quan Lộc và Tài Bạch vô chính diệu. Đây là mẫu người có tính thâm trầm, cố chấp. Về phương diện sự nghiệp, họ tự làm tự hưởng, có liên quan đến công việc làm ăn, buôn bán, đồng thời cũng có thể liên quan đến vấn đề chính trị khi Thân cư Quan Lộc.

Điền Trạch Tử Vi Thất Sát	Quan Lộc	Nô Bộc	Thiên Di
Phúc Đức Thiên Cơ Thiên Lương	**MỆNH THÁI DƯƠNG – CỰ MÔN**		Tật Ách Liêm Trinh Phá Quân
Phụ Mẫu Thiên Tướng			Tài Bạch
Mệnh Thái Dương Cự Môn	Huynh Đệ Vũ Khúc Tham Lang	Phu Thê Thiên Đồng Thái Âm	Tử Tức Thiên Phủ

Bắc Đẩu: Tử Vi, Tham Lang, Cự Môn, Liêm Trinh, Vũ Khúc, Phá Quân

Nam Đẩu: Thiên Phủ, Thiên Cơ, Thiên Tướng, Thiên Lương, Thiên Đồng, Thất Sát

Nhóm Cự – Nhật thuộc nhóm Bắc Đẩu Tinh, ý nghĩa:

Dám làm, dám chịu.

Cương nghị, tuy nhiên mưu lực không đủ (thuộc về Bắc Đẩu).

Nam Đẩu tinh giàu tính tưởng tượng, giỏi mưu tính, sách lược, thường cầu toàn và lý trí hóa, dẫn tới khó thành công.

Tử Vi, Thiên Cơ, Thái Dương, Vũ Khúc, Thiên Đồng, Thiên Phủ, Văn Xương, Văn Khúc: là sao sáng, có thể thấy được nguồn tài nguyên thịnh vượng.

Liêm Trinh, Cự Môn, Thái Âm, Tham Lang, Phá Quân: là sao tối, tài nguyên của nó khó dự đoán, có thể tranh thủ thời cơ mà có được cơ hội ngẫu nhiên.

Vô Chính Diệu Toàn Thư – Tác giả Rosy Rain

Thiên Hướng Phát Triển của các Cách Cục 14 Chính Tinh

Cách cục Thất Sát, Phá Quân, Tham Lang

Khó chấp nhận hiện thực, tính cầu toàn, thích sáng tạo và đổi mới.

Cuộc đời thường nhiều biến động, ít yên ổn.

Về công việc, có thiên hướng lao động chân tay nhiều hơn trí óc.

Cách cục Thiên Cơ, Thái Âm, Thiên Đồng, Thiên Lương

Phát triển bình thường, sự nghiệp ít gặp trở ngại lớn.

Vì có tính bảo thủ, phù hợp với công việc nghiên cứu.

Nếu làm kinh doanh, nên tìm người phụ trách quản lý hoặc làm trung gian.

Có thể theo ngành nghệ thuật hoặc các công việc thiên về tư duy, như nhà tâm lý học, kiến trúc sư.

Cách cục Tử Vi, Thiên Phủ, Thiên Tướng

Khi gặp Thất Sát, Phá Quân, Tham Lang, có thể đảm nhận các công việc lãnh đạo, giao dịch, lập kế hoạch, đào tạo.

Vô Chính Diệu Toàn Thư – Tác giả Rosy Rain

Nữ Mệnh Thái Dương

Thái Dương thuộc hành Hỏa, chủ về hoạt động tích cực, sự chủ động và khả năng tham gia các hoạt động xã hội, đồng thời dễ kết giao bạn bè. Trong lĩnh vực kinh doanh, nữ Thái Dương là người thực tế, quyết đoán và có khả năng xử lý tình huống một cách hiệu quả.

Về tính cách, nữ Thái Dương thường mạnh mẽ, độc lập và hiếu thắng. So với nữ Thái Âm hay nữ Thiên Lương, vốn thiên về yếu tố Âm và Lương nên tính cách thường mềm dẻo, ôn hòa, nữ Thái Dương ít chịu ảnh hưởng bởi những yếu tố này. Do đó, nữ Thái Dương thể hiện rõ tính cách cương trực, quyết đoán, mạnh mẽ và độc lập hơn trong hành xử, ít bị lay động bởi quan điểm hoặc áp lực từ người khác.

Khi ở vị trí hãm, nữ Thái Dương vẫn duy trì duyên dáng trong các mối quan hệ, có khả năng ngoại giao tốt, song đời sống tình cảm có phần hạn chế về số lượng con cái.

Nếu tọa mệnh tại cung âm, nữ Thái Dương thường sinh con gái đầu lòng thuận lợi và phúc hậu.

Vô Chính Diệu Toàn Thư – Tác giả Rosy Rain

Cung Phu Thê – Đồng Âm

Đồng Âm tại Tý: người bạn đời tướng mạo tuấn tú, xinh đẹp, có duyên với người khác giới, tính tình ôn hòa, biết lễ nghĩa.

Người nữ có chồng Đồng Âm tại Tý thường gặp chồng có tính cách vội vàng, hấp tấp; sau tuổi trung niên, người chồng có xu hướng phát tướng.

Đồng Âm tại Ngọ: dáng người vừa tầm, sau 30 tuổi thường phát tướng. Ngọ cung không ưa Lộc Tồn đồng cung vì có Kình – Đà kẹp, nên vợ chồng dễ bất hòa, mâu thuẫn. Nếu có Lộc Tồn, nên lấy vợ muộn hoặc lấy vợ kém tuổi để thuận lợi. Lộc Tồn còn chủ về tích lũy tài lộc dần theo vợ; nếu gặp thêm Linh, Hỏa, Không, Kiếp thì cuộc hôn nhân gặp nhiều trắc trở.

Đối với người nữ, nếu Lộc Tồn đóng cung Phu Thê, chủ về làm người thứ hai hoặc chồng là người từng có vợ; thêm Không – Kiếp thì tình trạng này càng rõ rệt. Lộc Tồn đi cùng Không – Kiếp cũng cho thấy đời sống hôn nhân khá buồn tẻ.

Mệnh Vô Chính Diệu – Cung Thiên Di có Thái Dương, Cự Môn đối cung

Người mệnh này khi còn trẻ thường xa nhà, đi nơi khác lập nghiệp, hoặc không sống cùng cha mẹ. Thái Dương là sao động, không nên tĩnh; khi tọa ở cung Thiên Di, nó phát huy tác dụng phát triển và mở rộng, không hướng nội, nên ra ngoài sẽ gặp phúc.

Đối với nữ mệnh, có điềm tượng tái giá, nhưng cũng là thời kỳ người nữ có sự nghiệp riêng. Thái Dương chủ quý, do đó ra ngoài có thể tranh thủ địa vị, vị trí xã hội, thích hợp cho đi du học, tu nghiệp, tăng thêm hiểu biết. Nếu Thái Dương đóng cung Thiên Di một mình, chưa chắc thuận lợi cho kinh doanh; nhưng nếu đi cùng Cự Môn, kinh doanh thông thường sẽ khá thuận lợi. Ở nước ngoài, người này thường được người nước ngoài trọng dụng nhưng vẫn phải lao tâm.

Nếu gặp Hỏa Linh, cuộc đời bôn ba nhiều; gặp Hóa Kị, lời nói và công việc gặp vất vả. Người này thường phải một lần nhận lỗi thay cho người khác. Khi có cát hóa hội chiếu, sẽ được trợ lực tốt, sự nghiệp và vận mệnh được nâng đỡ.

Mệnh Cự Nhật – Thân cư Thiên Di ngộ Tuần Triệt

Khi Thân tọa tại Thiên Di, nhiều chính tinh, trung tinh đắc cách và hợp chiếu, chủ về khả năng lập nghiệp ở phương xa và đạt được thịnh vượng. Tuy nhiên, khi có Tuần – Triệt án ngữ hoặc nhiều sát tinh hội chiếu, người này thường phải xa nhà từ sớm. Điều này đồng nghĩa với việc dù không mất mát về tài sản nơi sinh, nhưng số mệnh bắt buộc phải ra ngoài lập nghiệp, sống xa quê hương từ nhỏ.

238

TỬ VI			**MỆNH**
THẤT SÁT			VÔ CHÍNH DIỆU
THIÊN CƠ			LIÊM TRINH
THIÊN LƯƠNG			PHÁ QUÂN
THIÊN TƯỚNG			
THÁI DƯƠNG	VŨ KHÚC	THIÊN ĐỒNG	THIÊN PHỦ
CỰ MÔN	THAM LANG	THÁI ÂM	

Cách Cục Tài Năng – Mệnh Vô Chính Diệu Cự Nhật đối cung

Đây là cách cục đặc trưng của người tài năng. Cự Môn biểu thị sự nổi trội, lớn lao, còn Thái Dương chủ về phát dương, năng lực tỏa sáng. Khi Cự Nhật tọa vị trí xung chiếu cung Vô Chính Diệu tại mệnh, đặc biệt trong trường hợp nội Âm ngoại Dương hợp chiếu tại vị trí đắc địa của Âm Dương, nhân mệnh dễ nhận được ưu đãi từ các cơ hội do hoàn cảnh tạo ra. Nội cung có Cơ, Nguyệt, Đồng, Lương, biểu thị bản tính hiền hòa, ôn hòa, giúp người này dễ ứng xử khéo léo và phát triển tài năng.

TỬ VI THẤT SÁT			**MỆNH** THÁI TUẾ TRIỆT
THIÊN CƠ THIÊN LƯƠNG			LIÊM TRINH PHÁ QUÂN
THIÊN TƯỚNG			
THÁI DƯƠNG CỰ MÔN	VŨ KHÚC THAM LANG	THIÊN ĐỒNG THÁI ÂM	THIÊN PHỦ

Bố cục này cho thấy đương số thường trải qua những buồn phiền, khó khăn và trắc trở xuất phát từ tình cảm gia đình hoặc từ tính cách có phần ương ngạnh của bản thân (đặc biệt khi nằm trong tam hợp Thái Tuế). Tuy nhiên, nếu đắc vòng Thái Tuế thì lại là dấu hiệu dễ thành công, đồng thời sự nghiệp cũng có nhiều biến động lớn. Đây là người có năng lực, tư duy và khả năng lập luận sắc bén, quan điểm cá nhân rõ ràng, phẩm chất mạnh mẽ.

Đặc tính cách cục Mệnh Vô Chính Diệu, Cự–Nhật đối cung và Hỏa Linh xâm phạm

Tam hợp Cơ Nguyệt Đồng Lương thuộc nhóm văn cách, nhưng khi gặp Hỏa Linh xâm phạm sẽ tạo nên thế bất mãn từ bên ngoài đưa tới. Thị phi trong xã hội khiến nội tâm phản kháng, dễ sinh ra hành động bộc phát, làm cho cách cục trở nên rối loạn. Đây vốn là người có tư chất tốt, song khi sát tinh xâm phạm thì thường mang ý nghĩa "bất đắc chí" nhiều hơn là được hưởng phúc thọ vốn có của nhóm Cơ Nguyệt Đồng Lương.

Cự–Nhật vốn có tính chất phản đối, can gián, chủ về đứng lên bày tỏ quan điểm cá nhân. Khi đi cùng Linh, Hỏa hoặc Kình Dương thì nội tâm khó giữ ổn định, dễ hình thành tính bốc đồng, bộc phát. Tuy vậy, nếu có thêm Hóa Khoa, Tả Hữu, Xương Khúc thì thường có cơ hội hóa giải khó khăn, biểu hiện thành dấu hiệu thành công.

Với Cự–Nhật ngoại cách xung chiếu, đương số khó làm chủ được cuộc đời, khó đứng đầu hay điều hành một tổ chức. Toàn bộ tinh hệ này khá mạnh, khiến cuộc đời nhiều thăng trầm, biến động.

TỬ VI THẤT SÁT			MỆNH Vô chính diệu
THIÊN CƠ THIÊN LƯƠNG			LIÊM TRINH PHÁ QUÂN
THIÊN TƯỚNG			
THÁI DƯƠNG CỰ MÔN	VŨ KHÚC THAM LANG	THIÊN ĐỒNG THÁI ÂM	THIÊN PHỦ

Mệnh Vô Chính Diệu, Thái Dương – Cự Môn đối cung: Ở Thân tốt hơn hay ở Dần tốt hơn?

- Mệnh cư Thân, vô chính diệu, đối cung có Cự–Nhật: Chủ về khó giữ được tổ nghiệp, thường phải rời xa quê hương. Cự–Nhật xung chiếu, nếu không gặp Không Kiếp hay Tứ Sát thì thực lộc trì danh, thường liên quan đến văn nghệ, giảng dạy, nghệ thuật.

  Người sinh năm Bính, Đinh, Canh, Quý càng tốt đẹp. Khi có Thiên Cơ, Thái Âm, Thiên Đồng, Thiên Lương hội chiếu thì thành cách "Cơ Nguyệt Đồng Lương", có thể đảm nhiệm công việc tại cơ quan nhà nước hoặc nổi danh nhờ kỹ nghệ đặc biệt. Nếu lại hội Xương Khúc, Tả Hữu, Khôi Việt thì tài hoa xuất chúng, phú quý, danh tiếng. Thiên Cơ – Thiên Lương hội chiếu với Cự Môn, có thể trở thành nhà giáo, nhà lãnh đạo trong xã hội; nếu hội nhiều cát tinh thì danh vọng cao.

- So sánh Thân và Dần:

  o Nếu Mệnh cư Thân vô chính diệu, Cự–Nhật ở cung Dần chiếu về thì càng cát lợi, tính phát triển mạnh, đương số có nhiều khả năng, dễ thành danh, nữ mệnh vượng phu ích tử, có cách quý phu nhân.

  o Nếu Mệnh cư Dần vô chính diệu, Cự–Nhật ở Thân chiếu về thì cát lực không rõ, vì Thái Dương ở cung Thân là "nhật mộ" (mặt trời chiều tà), lực suy yếu.

Kết luận:

Mệnh cư Thân, vô chính diệu, được Cự–Nhật ở Dần chiếu thì tốt hơn nhiều so với mệnh cư Dần, được Cự–Nhật ở Thân chiếu

Mệnh Vô Chính Diệu, Cự–Nhật đối cung

Đây là mẫu người khi thì nhìn đời với sự lạc quan, khi lại nhìn đời qua lăng kính u ám. Tính cách có khuynh hướng hướng nội, luôn tận tâm, tận lực theo đuổi lý tưởng. Rất thích hợp học ngoại ngữ và có duyên hợp tác với người nước ngoài. Họ cũng thường có hứng thú với tôn giáo hoặc triết học, nhưng không theo xu hướng mê tín mà thiên về nghiên cứu khoa học, phân tích tâm lý con người ở tầng sâu. Do đó, phù hợp với các nghề: chuyên viên tư vấn, bác sĩ tâm lý, nhà văn, nhà nghiên cứu. Hướng đi của cuộc đời thường là truyền bá, lan tỏa kiến thức và kinh nghiệm sống. Người có cách cục này phần nhiều có lòng từ bi, nhân ái, dễ trở thành nhân sĩ trong giới tôn giáo hoặc những người truyền cảm hứng trong xã hội.

Cự–Nhật cư Thân cung: Cự Môn sáng, nhưng Thái Dương lạc hãm (nhật mộ). Người có mệnh cách này thiên về khả năng biểu diễn, bộc lộ cá tính mạnh, nhưng nội tâm khó giữ ổn định.

Cự–Nhật cư Dần cung: Cả Cự Môn và Thái Dương đều sáng. Mệnh cách này không quá thiên về biểu diễn, thường ít chủ động bộc lộ bản thân, nhưng hiên ngang, nổi bật, dễ trở thành điểm sáng trong tập thể. Nếu gặp sát tinh thì lại trở thành "cái gai" trong mắt người khác.

Vô Chính Diệu Toàn Thư – Tác giả Rosy Rain

Vô Chính Diệu, Cự–Nhật đối cung, Tuần Triệt, Phượng Các, Giải Thần

Cách cục Mệnh Vô Chính Diệu có Cự–Nhật đối cung là người có tiềm chất lãnh đạo, nhưng sức mạnh không bằng trường hợp Cự–Nhật an tại bản cung Dần. Sự "khai sáng" của bộ Cự–Nhật là yếu tố then chốt để cách cục này có thể thành tựu. Cự Môn vốn chủ về thị phi, nhưng khi đi cùng Thái Dương thành Cự–Nhật thì được đánh giá hoàn chỉnh hơn so với bố cục Cơ–Nguyệt–Đồng–Lương, bởi bộ Cự–Nhật mang tính chuyên môn hóa cao trong nghề nghiệp hoặc năng lực. Đây chính là điểm đặc biệt quan trọng của cách cục này. Thái Dương chủ hướng thượng, Cự Môn chủ tìm tòi, nghiên cứu. Tùy sự giao hội với các bàng tinh mà hình thành nhiều cách cục khác nhau, mang ý nghĩa riêng. Nếu nội cách có thêm Khoa, Lộc, Xương thì càng tăng cường tính học thuật, mô phạm, khả năng nghiên cứu.

Mệnh Vô Chính Diệu lại ưa gặp Triệt đáo Kim cung, thành cách mang ý nghĩa triệt để: trong công việc có thể giải quyết vấn đề đến tận cùng, và đây chính là nguyên nhân dẫn tới thành công.

Ngoài ra, bất luận tuổi nào, nếu được hội Phượng Các, Giải Thần thì càng dễ gặt hái thành công, danh tiếng vang xa.

245

So sánh Mệnh Cự–Nhật và Mệnh Vô Chính Diệu, Cự–Nhật đối cung

Thái Dương – Cự Môn an tại Dần hoặc Thân đều là người có nhiều thực lộc, dễ có thanh danh, được nhiều người kính trọng. Khuyết điểm: cố chấp nhưng tâm địa tốt. Trong cuộc sống, thường gặp ganh ghét (do đồng cung với Cự Môn, chủ về thị phi). Cự–Nhật là người luôn biết phấn đấu, không ngại khó khăn. Sự nghiệp phát triển tốt ở hậu vận, nhờ có trợ thủ đắc lực.

Mệnh Cự–Nhật tại Thân: Thiên về thực lộc, sự nghiệp ổn định, dễ gặp tiểu nhân. Có Tuần, Triệt hoặc cát hóa thì hung hóa cát, giàu có. Thích hợp nghề luật sư, kinh doanh, nam mệnh tư chất tốt, học rộng nhưng thiếu định hướng; gặp Thiên Hình hợp nghề quân đội, ngoại giao.

Mệnh Vô Chính Diệu, Cự–Nhật ở Dần: Thiên về phát triển cá nhân, tự lực thành công. Quan – Tài vượng, không phụ thuộc sản nghiệp tổ tông. Cố gắng trước, công danh tới trước, tiền tài tới sau. Có Lộc Tồn – Thiên Mã hợp nghề bác sĩ, luật sư; Hóa Kỵ chủ trước vất vả, hậu nhàn hạ.

Tóm lại: Thân ổn định, thiên về thực lộc; Dần phát triển cá nhân, tự lực thành công, hậu vận có tiền tài và danh vọng.

Vô Chính Diệu Toàn Thư – Tác giả Rosy Rain

Mệnh, Phu Thê, Phúc Đức, Bào đều Vô Chính Diệu

Khi Mệnh, Phu Thê, Phúc Đức và Bào đều Vô Chính Diệu, đây là tổ hợp dễ thấy hiện tượng sống chung như vợ chồng nhưng không kết hôn. Gia cảnh có thể không tệ, nhưng trong gia đình thường có vấn đề phức tạp; hoàn cảnh của người phối ngẫu cũng không đơn thuần, nên mối quan hệ khó đi đến hôn nhân chính thức. Cần xét kỹ cung Phúc Đức.

Nếu cung Phúc có Xương Khúc, thì khả năng kết hôn sẽ hiện hữu.

Nếu cung Phúc có Tả Hữu, giai đoạn đầu hôn nhân có thể gặp vấn đề, nhưng sau sẽ thuận hòa. Thường trường hợp thuận hòa xuất hiện ở mối tình thứ hai.

Cung Huynh Đệ Vô Chính Diệu, cung Điền có Thiên Phủ:

Khuyên nên có kế hoạch tiết kiệm tiền. Cần theo dõi cân bằng giữa tài sản và nợ; ngay cả khi có nhiều tiền mặt, mỗi tháng cũng nên để lại ít nhất một khoản tiết kiệm.

Tiền gửi ngân hàng nên để tên vợ hoặc chồng, hoặc chia một phần cho mục đích khác. Số này thường khó giữ được tiền mặt, dễ tiêu xài nhanh

Nữ Mệnh Vô Chính Diệu, đối cung bộ Cự–Nhật

Người nữ có cách này thường khó đoán cá tính tình cảm của người phối ngẫu, vì ngay bản thân mình cũng không hoàn toàn rõ ràng. Trong tình cảm, bạn có thể đã trải qua nhiều thăng trầm; trước khi kết hôn, có thể đã thay đổi nhiều bạn tình (Nô – Vũ – Tham).

Sau khi kết hôn, vẫn có thể gặp đào hoa gây rối và tình huống khó xử. Đây là hiện tượng tình cảm khá đặc biệt và khó dự đoán.

Khuyên: Nên tìm cho mình người ổn định, đáng tin cậy làm bạn đời, như vậy sẽ phù hợp và tốt hơn với cách cục này. Cự–

Nhật xung chiếu – Tác động tới nam mệnh

Cự–Nhật xung chiếu thường chủ về tình duyên phức tạp, vì Cự Môn xung dễ dẫn tới chia rẽ.

248

Hạn đầu đời:

Bản mệnh Cơ–Nguyệt–Đồng–Lương có Linh, Hỏa, Kình, Đà, trong gia đạo thường có xung đột.

Đến hạn Liêm – Phá đồng độ:

Hạn này chủ về loạn động mạnh, tư tưởng khác thường. Khi phối hợp với mệnh nội Cơ–Nguyệt–Đồng–Lương, ngoại có Cự–Nhật, phát sinh tính khai phá lớn. Đại vận này hình thành các tổ hợp phức tạp, tác động mạnh tới nam mệnh.

- Thế đứng Tử – Vũ – Liêm giao hội Sát – Phá – Tham là thế đứng phức tạp, hình thành cách cục Vũ–Tham, Tử–Sát, Liêm–Phá.

- Cách cục Vũ–Tham được đánh giá ít thăng trầm, biến động hơn so với Tử–Sát và Vũ–Phá, vì Sát–Phá có hung tính lớn, Tham Lang là sao tinh khôn, hợp Vũ Khúc thành cách nhanh nhạy, còn Tử–Sát ít biến hóa cực đoan hơn Tử–Phá và Tử–Tham.

- Đại vận Liêm–Phá cư Dậu liên quan tới tình ái; khi Phá Quân đồng độ với Liêm Trinh, nam mệnh khó chuyên tâm sự nghiệp, có tính khám phá tình cảm.

Vô Chính Diệu Toàn Thư – Tác giả Rosy Rain

Đại vận cung Phúc:

Tam hợp Phúc phối Di mới phát triển lớn. Đại vận Cự–Nhật tại đây khá thuận do bản cung Vô Chính Diệu, gặp cơ hội may mắn từ bên ngoài.

- Đi đến cung Phúc thường liên quan tới dòng họ, ảnh hưởng từ tiền kiếp tác động tới tư tưởng bản thân.

- Cự–Nhật cư Dần cũng chỉ ra nam mệnh có ý chí vươn lên, xây dựng sự nghiệp, nhưng cần thiên về ổn định hơn là hoạch phát, bạo phát, vì mệnh Vô Chính Diệu, tam hợp Cơ–Nguyệt–Đồng–Lương, đến vận cung không có tinh đẩu dẫn đầu, hóa khí khó cực vượng.

- Trong đại vận thứ ba vẫn là đại vận tốt, tính chuyển động cao; nam mệnh cần nắm chủ động khi thực hiện dự định, kế hoạch.

Vô Chính Diệu Toàn Thư – Tác giả Rosy Rain

Vận tới Cung Điền Trạch có Thiên Phủ

Đây là vận tốt, nhưng phúc họa từ bên ngoài tác động rất mạnh tới nội cách.

Thiên Phủ không nên ngộ Tuần, Triệt, nếu gặp sẽ mất nhiều hơn được.

Nếu đương đầu với Không – Kiếp, cần cẩn thận tai họa bất trắc.

Ngoài 35–44 tuổi chủ thăng trầm, biến loạn lớn.

Phủ ngộ Tuần: tuy không đắc cách nhưng có tính che phủ, quản lý.

Phủ ngộ Triệt: gặp trắc trở; nếu Phủ gặp Tuần – Kiếp, dễ trúng họa, nên chú ý cất giữ tài sản, quản lý và mối quan hệ xã hội.

Đại vận cung Quan:

Có Đồng – Âm tam hợp mệnh chiếu, tạo mệnh – tài – quan cách.

Quan có Thiên Đồng – Thái Âm nhiều cát tinh, chủ về nổi danh.

Thái Âm cư Tí có tính chất vượng tài.

Gặp Kình – Hỏa dễ bị thương, cơ thể dễ tổn thương, nhưng không đáng lo, vì Cơ – Nguyệt – Đồng – Lương có khả năng cứu giải rất mạnh.

Vận này ổn định và phát triển. Nếu gặp nạn ách cũng được cứu giải kịp thời.

Tuy nhiên, vận hạn này tính âm nhiều; nếu có Kình – Kỵ, trong gia đình dễ xung đột, bất đồng nội bộ. Nhất là khi có Kình Dương, cần có Phượng Cát để giảm thiểu.

Đây là vận tốt, nam mệnh dễ nổi danh.

Đại vận cung Nô Bộc:

Với cách cục Tử – Vũ – Liêm giao hội Sát – Phá – Tham, Vũ – Tham thủ vận có tính linh hoạt.

Chủ Cơ biến, mưu trí, tăng tính nhanh nhạy.

Quyền biến của Tham Lang, Tử – Sát cư Tị hình thành cách cục đặc biệt.

Nhóm Cơ – Nguyệt – Đồng – Lương, đặc biệt là Vô Chính Diệu, đến đây rất đáng lưu ý.

Liêm – Phá Dậu cung chiếu về, nếu có Không – Kiếp, vận này dễ gặp phẫu thuật, mổ xẻ, cơ thể phát sinh bệnh.

Nam mệnh cần chú ý sức khỏe, làm ăn bình thường, tránh rủi ro.

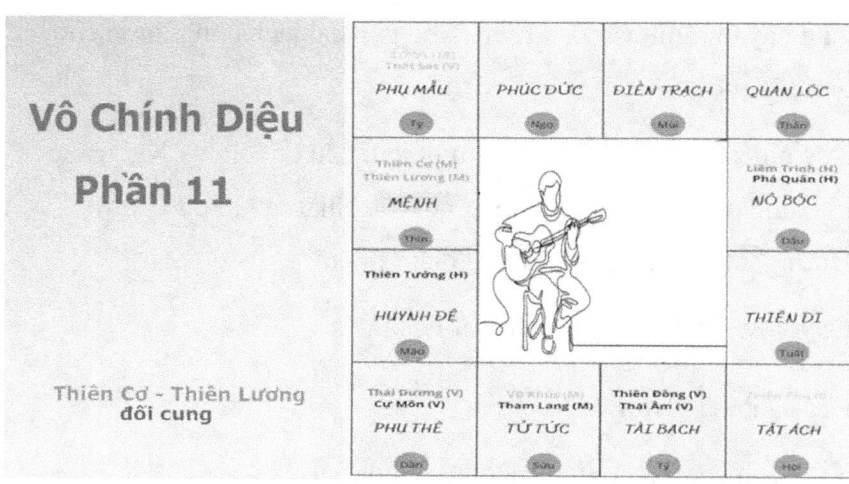

Vô Chính Diệu

Phần 11

Thiên Cơ - Thiên Lương
đối cung

Phần 11

1. Hàm nghĩa của "Âm" tinh, sao Thiên Lương

2. Công Hầu Bá Tử Nam (5 tước vị)

3. Cơ Lương thủ mệnh có ba biến cục

4. Phân tích nguồn gốc dẫn đến ba câu phú

5. Mệnh tọa tại Thìn – Tuất (Thiên La, Địa Võng)

6. Thiên Lương ảnh hưởng đến Thiên Cơ như thế nào

7. Thiên Hình, Hóa Kị ảnh hưởng đến mệnh Cơ Lương

8. Cơ Lương nhập miếu ở Thìn hay Tuất cung

9. Thiên Lương đi cùng Thiên Đồng

Vô Chính Diệu Toàn Thư – Tác giả Rosy Rain

255

Vô Chính Diệu Toàn Thư – Tác giả Rosy Rain

Hàm nghĩa của "Ấm" tinh, Sao Thiên Lương

Khi đọc sách chúng ta còn hay nghe nói Thiên lương còn chủ về Lương thực, bởi vì họ cho rằng chữ Lương Hàm nghĩa của "Ấm" tinh, sao Thiên Lương

Thiên Lương còn chủ về lương thực, bởi chữ "Lương" được giải thích theo nghĩa là trụ cột. Tuy nhiên, thực ra ý nghĩa đúng của Thiên Lương không liên quan đến lương thực. Chữ "Ấm" trong Thiên Lương mang ý nghĩa về người cao niên, trưởng bối, thầy giáo, quân sư, thầy tu hay thầy thuốc. Đây là hình tượng người đứng tuổi, có uy quyền, kiến thức và khả năng quản lý.

Trong cơ cấu phong thưởng của triều đình xưa, có chế độ phong ấm, tức là ban tước hầu, tước bá cho người có công với triều đình nhưng không muốn nhận chức vụ làm quan. Những người này được giao quản lý dân cư (vạn hộ, ngàn hộ hoặc trăm hộ), đồng thời hưởng thu nhập từ thuế má và lương thực. Quyền lợi này có thể được truyền thừa từ đời cha sang đời con. Từ đây, thuật ngữ "cậu ấm" ra đời, bắt nguồn từ quy chế "Ấm phong" này.

256

Đó cũng là lý do sao Thiên Lương chủ về cung Phụ mẫu và Phúc đức. Theo quan niệm xưa, cha mẹ, ông bà sống nhân đức, thiện lương sẽ để lại phúc ấm cho con cháu đời đời.

Khái niệm "Công Hầu Bá Tử Nam" lần lượt là năm tước vị từ cao xuống thấp, hưởng đặc quyền xã hội theo thứ tự, trong chế độ phong kiến Trung Quốc. Ở phương Tây cũng tồn tại hệ thống tương tự với các tước vị như Công tước, Bá tước, thể hiện đặc quyền và quyền lực của gia đình trong xã hội.

Vô Chính Diệu Toàn Thư – Tác giả Rosy Rain

Những danh từ "Công tước", "Bá tước" chỉ là cách Trung Quốc dựa theo thuật ngữ văn hóa Hán ngữ mà phiên dịch qua.

Ví dụ, chế độ tước vị của nước Anh, theo hệ thống ngũ tước bao gồm:

- Duke (Công tước) – "dook"

- Marquess (Hầu tước)

- Earl (Bá tước)

- Viscount (Tử tước)

- Baron (Nam tước)

Dưới còn có các xưng hiệu như:

- Baronet (Tùng Nam tước)

- Knight (Kị sĩ)

Nước Pháp cũng có hệ thống tương tự. Các nước khác như Đức phân tước vị ra làm 15 bậc; Ba Lan có 4 bậc (không có Tử tước); Hungary có 3 bậc, không có Hầu tước và Tử tước. Có thể thấy, chế độ phong tước "Công Hầu Bá Tử Nam" trước triều Chu đã tồn tại rộng rãi, và phương Tây cũng có chế độ phong tước tương tự, nhưng giữa hai nền văn hóa này không có quan hệ truyền thừa trực tiếp.

258

Ở hầu hết các nước châu Âu, vai vế trong hoàng tộc và quý tộc được sắp xếp như sau:

- Vua/Nữ hoàng (King/Queen) – đây là vị trí trực tiếp đứng đầu và lãnh đạo vương quốc.

- Vợ/Chồng của Vua/Nữ Hoàng (King/Queen Consort) – nhiều tài liệu gọi là Hoàng hậu/Hoàng thân. Họ là người hôn phối với Vua/Nữ Hoàng, góp phần tạo ra người thừa kế của hoàng tộc. Vai trò của họ thường thuộc ngoại giao và hành chính nhiều hơn, không trực tiếp điều hành đất nước.

- Hoàng Thái tử/Hoàng Thái nữ (Crown Prince/Princess) – những người này chắc chắn sẽ trở thành Vua/Nữ Hoàng trong tương lai, địa vị cực kỳ cao quý.

- Hoàng tử/Hoàng nữ (Royal Prince/Princess) – những người con khác của Vua/Nữ Hoàng.

- Archduke/Archduchess – Thân Vương – đây là tước vị quý tộc, thường dành cho thân vương, là họ hàng, huyết thống với hoàng gia. Tước vị này được gọi là Archduke để phân biệt với Duke (công tước được thụ phong).

Phần Quý tộc

- Công tước (Duke/Duchess) – đây là tước vị quý tộc cao nhất trong xã hội, quyền lực nhất (tất nhiên là trừ hoàng tộc ra).

- Hầu tước (Marquis/Marchesa, tiếng Anh là Marquess/Marchioness) – có một số Bá tước được gọi là Bá tước ở vùng biên. Những người này sống ở vùng biên, lãnh địa của họ cũng nằm ở khu vực này; tuy nhiên, các vùng biên thường là nơi kẻ thù bắt đầu tấn công, xâm lược.

- Bá tước (Count/Countess/Earl) – đây là lý do tại sao trà Earl Grey được gọi là trà Bá tước. Bá tước thường là người cai quản một vùng hoặc một lãnh địa nào đó.

- Tử tước (Viscount/Viscountess) – ở dưới Bá tước.

- Nam tước (Baron/Baroness) – đây là tước vị thấp nhất trong nấc thang quyền lực. Thực chất, tất cả những người mang tước vị trên đều thuộc hàng Nam tước. Nguyên nhân là do vào thời xưa, khi nhà vua có xung đột với các quý tộc, họ đã yêu cầu nhà vua ký kết Đại Hiến chương (Magna Carta). Nội dung nôm na của Hiến chương là bảo

260

vệ quyền chính trị và dân sự của các quý tộc, đảm bảo nhà vua không có quyền lực tuyệt đối, không thể tùy tiện bắt bớ hay tống giam các quý tộc.

Đến ngày nay, Hiến chương trở thành một phần quan trọng trong đời sống chính trị của nước Anh; mỗi vị vua khi lên ngôi đều phải ký kết một bản Hiến chương riêng. Các nhà luật học Anh – Mỹ thường nghiên cứu và trích dẫn Hiến chương như một công cụ bảo vệ quyền dân sự, chính trị của người dân trước mọi quyền lực.

Quay trở lại thời xưa, khi ký kết Hiến chương, các Công tước, Hầu tước, Bá tước phải đứng cùng với Nam tước, không đứng về phía nhà vua, vì họ đang bảo vệ quyền của mình. Tóm lại, Baron là một tước vị dành cho tất cả các quý tộc, phân biệt với Vua và hoàng gia; tất cả các Công tước, Hầu tước, Bá tước đều là Nam tước, chỉ là họ không sử dụng danh xưng này vì đã có các tước vị cao hơn và ấn tượng hơn.

Lưu ý: Điều này chỉ tồn tại ở Anh quốc và có thể thay đổi tùy theo quốc gia. Ở đây chỉ nói về Anh vì hầu hết các câu chuyện bạn đọc đều lấy bối cảnh Anh hay Scotland, tóm gọn là UK.
(Trích theo nguồn tài liệu Haianhvu1095)

Vô Chính Diệu Toàn Thư – Tác giả Rosy Rain

Cơ – Lương thủ Mệnh có ba loại biến cục

Cổ thư đối với mệnh cách này có ba câu bình luận như sau:

1. "Cơ Lương đồng cung Thìn Tuất, cao nghệ tùy thân." Tức người này có tay nghề kỹ thuật thủ công cao.

2. "Cơ Lương Thìn Tuất, gia cát diệu, phú quý từ tường." Tức Cơ Lương Thìn Tuất hội hợp thêm cát tinh, người hiền lành hưởng phú quý.

3. "Cơ Lương thủ mệnh gia Hình Kỵ, thiên nghi tăng đạo." Tức Cơ Lương thủ mệnh thêm Thiên Hình, Hóa Kỵ nên theo con đường tu hành hay làm đạo sỹ.

Ba đoạn bình luận này cho thấy mệnh cách Cơ Lương Thìn Tuất có biến hóa rất lớn.

262

Phân tích nguồn gốc ba câu phú này thực chất là xem xét chỉ từ hai tinh diệu Cơ – Lương, so sánh xem tinh nào tác động mạnh hơn. Ví dụ, nếu Thiên Cơ cường, đó là mệnh *"cao nghệ tùy thân"*; ngược lại, nếu Thiên Lương cường và hội cát tinh, tất được *"phú quý từ tường"*. Nếu Hình Kỵ tác động mạnh đến Thiên Cơ, nó sẽ phát huy triệt để tính chất Thiên Cơ, dẫn đến xu hướng tu hành, theo cửa Phật hoặc con đường đạo sĩ.

Vô Chính Diệu Toàn Thư – Tác giả Rosy Rain

Tọa Thìn Tuất, hai cung vốn là Thiên La, Địa Võng, lực linh động của Thiên Cơ bị ảnh hưởng, bởi vậy chỉ có thể phát huy lực phân tích của Cơ mà thôi. Người mệnh cách này thích hợp với những ngành nghề liên quan đến hiểu biết, tra vấn, nghiên cứu; nhiều công trình sư và giảng viên đều thuộc loại mệnh cục này, chứng tỏ mệnh cách tuyệt đối không tầm thường.

Cổ nhân gọi là *"cao nghệ tùy thân"*, trong thời hiện đại có thể hiểu là *chuyên môn học vấn*. Tuy nhiên, tính chất Thiên Lương có khả năng ảnh hưởng đến Thiên Cơ, khiến người mệnh trở nên hiền lành, trầm mặc, ít nói, phẩm tính thanh cao (từ một người linh động thành người bị động), nên mệnh cục đôi khi kém linh hoạt, dễ rơi vào công việc thủ công. Bản thân họ nghiên cứu kỹ thuật rất tốt và thường đạt được nhiều thành tựu tâm đắc.

Một đặc điểm nổi bật của loại người này là không muốn truyền lại những điều tâm đắc cho người khác, ngay cả cho đồ đệ. Vì lẽ đó, mặc dù tâm địa thiện lương, họ lại thường dễ sinh oán thù.

Nếu gặp Thiên Hình và Hóa Kỵ, Thiên Cơ hoàn toàn bị thụ chế, lúc này lực lượng Thiên Lương phát huy cực độ. Bản thân sẽ thiên về suy tưởng, thích nghiên cứu các vấn đề triết học; cổ nhân gọi là *"Thiên Nghi Tăng Đạo"*. Thực ra, trong thời hiện đại, điều này không hoàn toàn đúng, vì không phải mệnh cục nào cũng khiến người đó xuất gia hay trở thành triết gia.

Khi Cơ Lương phối hợp mà tinh diệu đã nhược, tuyệt đối không nên gặp sát tinh; nếu không, người này dễ rơi vào trạng thái rối tinh rối mù, tâm trí hỗn loạn, và niềm tin tinh thần trở nên hư không, không có điểm tựa để gửi gắm.

265

"Cơ Lương gia hội" – cao nghệ tùy thân

"Cơ Lương gia hội" chỉ người có tay nghề cao, tinh thông nghề nghiệp. Trong tử vi, "Cơ Lương gia hội cách" tức là Thiên Cơ – Thiên Lương đồng thủ cung Mệnh.

Cổ ca có viết:
Cơ Lương nhập miếu tối kham ngôn
Đắc địa giáo quân phúc lộc toàn
Diệu toán thần cơ ứng cái thế
Uy uy lẫm lẫm chưởng binh quyền.

Giải nghĩa: Khi Cơ Lương nhập miếu, khó nói hết được điều tốt; vào đắc địa, người này có thể làm thầy dạy học cho vua, hưởng phúc lộc toàn diện, đồng thời có tài thần cơ, diệu toán, ứng biến khéo léo trong trị quốc; khi nắm quyền binh, uy danh lẫm liệt.

Lưu ý về vị trí cung: Thiên Cơ – Thiên Lương đồng cung chỉ có hai trường hợp: một là tọa Thìn, hai là tọa Tuất.

Khi tọa Thìn, nếu hội hợp Thái Âm – Thiên Đồng ở Tý cung, là miếu vượng, vận khí rất tốt.

Khi tọa Tuất, hội hợp Thái Âm – Thiên Đồng ở Ngọ cung, là thất hãm, vận khí kém hơn.

Vì lẽ đó, bản thân cách **cục** Thiên Cơ – Thiên Lương tọa Thìn cung chỉ hình thành cách cục "Cơ Lương nhập miếu". Cổ nhân đối với tinh hệ Cơ Lương này có rất nhiều khẩu quyết, như:

- "Cơ Lương Tả Hữu Xương Khúc hội, văn vi quý hiển vũ trung lương"
- "Thiên Cơ – Thiên Lương đồng cung Thìn Tuất, tất hữu cao nghệ tùy thân"
- "Cơ Lương hội hợp thiện đàm binh"
- "Cơ Lương đồng tại Thìn Tuất thủ mệnh, gia cát diệu, phú quý từ tường, nhược ngộ Dương Đà / Không diệu, thiên nghi tăng đạo."

Thực chất, tổ hợp Thiên Cơ – Thiên Lương chủ yếu mô tả người tò mò, thích khám phá sự lạ, có khả năng biện luận và thích biểu hiện quan điểm cá nhân, thường không phụ họa ý kiến người khác. Thời xưa, tài liệu thực tế về tổ hợp này còn hạn chế, thường thấy ở các văn nhân đàm luận binh pháp, dẫn đến thuyết pháp: "Cơ Lương hội hợp thiện đàm binh".

Khi so sánh với chú trọng thuyết pháp "tất hữu cao nghệ tùy thân", "cao nghệ" chủ yếu chỉ tay nghề kỹ thuật hoặc thủ công. Trong thời hiện đại, người có tổ hợp tinh hệ này tốt nhất nên học các ngành liên quan đến tính toán, máy móc, kế toán hoặc thống kê.

Vô Chính Diệu Toàn Thư – Tác giả Rosy Rain

(*) Giải thích "tùy thân": những vật mang theo bên người, như tiền bạc tùy thân, hành lý tùy thân, v.v.

Thiên Lương tọa mệnh phần nhiều chủ cô lập.

Chánh diệu cùng Thiên Lương có quan hệ mật thiết nhất là Thái Dương, Thiên Đồng, Thiên Cơ, cụ thể như sau:

Tại Tý – Ngọ, Thiên Lương độc tọa, có Thái Dương xung chiếu.

Tại Sửu – Mùi, Thiên Lương độc tọa, có Thiên Cơ xung chiếu.

Tại Dần – Thân, Thiên Lương đồng cung với Thiên Đồng.

Tại Mão – Dậu, Thiên Lương đồng cung với Thái Dương.

Tại Thìn – Tuất, Thiên Lương đồng cung với Thiên Cơ.

Tại Tị – Hợi, Thiên Lương độc tọa, có Thiên Đồng xung chiếu.

268

Thiên Lương thành tựu là do khả năng suy xét tốt, người Thiên Lương thủ mệnh có tính tích lũy kinh nghiệm mạnh. Nếu xét về Văn Cách, mệnh Thiên Lương có khuynh hướng giảng dạy và truyền đạt tới người khác nhờ bản chất thích bày tỏ của sao này.

Về Tài Cách, mệnh Thiên Lương hướng tâm tới tính toán và phối hợp may mắn, do Thiên Lương luôn trong tam hợp với sao Thái Âm – là một tài tinh. "Phát may" của Thiên Lương xuất phát từ tác động của tính toán (Thiên Cơ) và thời cơ, may mắn (Thiên Đồng).

Trường hợp không có Cơ – Đồng, thì hình thành các cục Cơ Nguyệt Đồng Lương không hoàn chỉnh, lúc này Thiên Lương sẽ giao hội với Thái Dương, hình thành Âm Dương Lương. Thành tựu do Thiên Lương nỗ lực, còn Thái Âm và Thái Dương là kết quả của quyết tâm và nỗ lực.

Bố cục Âm Dương Lương không may như Cơ Nguyệt Đồng Lương. Cơ Nguyệt Đồng Lương được thời cơ tới phát huy may mắn do vận thời, tức là gặp thời. Còn Âm Dương Lương phát triển do nỗ lực hàng ngày, tức thành tựu từ công sức bản thân. Khi Âm Dương Lương bị hãm trong nội tâm, khó giữ tính kiên trì lớn, dễ vì một việc mà bỏ cuộc giữa chừng. Khuyên rèn luyện tính kiên trì, không bỏ cuộc, thì người Âm Dương Lương sẽ đạt thành công.

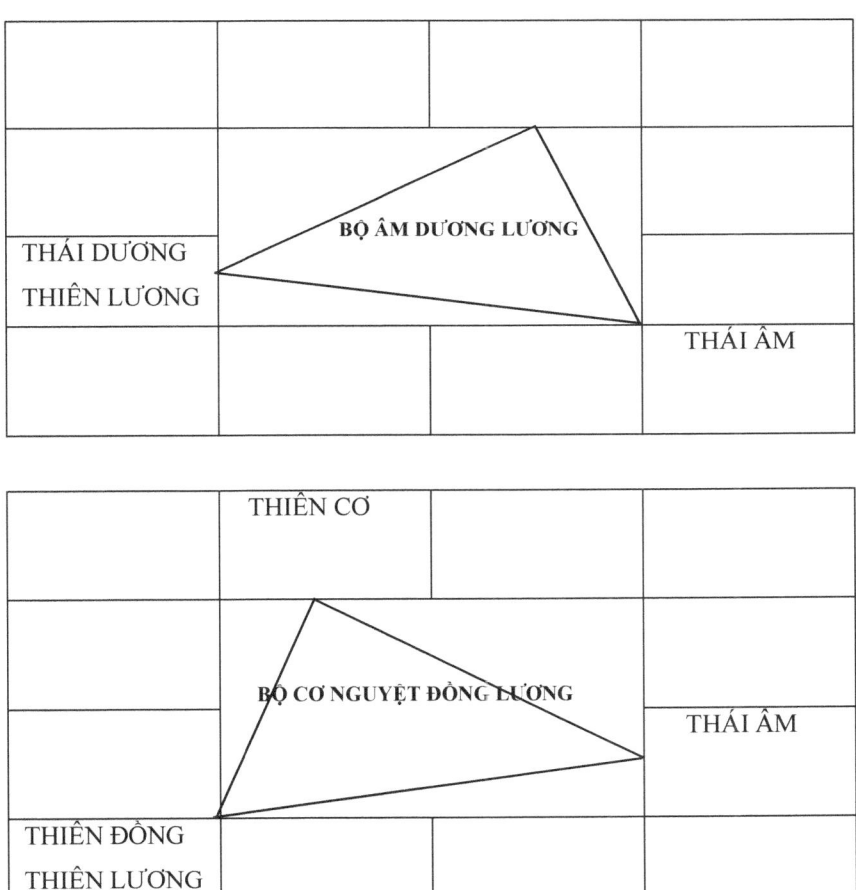

Vô Chính Diệu Toàn Thư – Tác giả Rosy Rain

Đặc tính "tiêu tai giải nạn" của Thiên Lương

Khi chỉ dựa vào một sao Thiên Lương để suy đoán, Thiên Lương là Thọ tinh, hóa khí là Ấm (bóng cây che mát, được nhờ ơn của người khác đều gọi là Ấm). Sao này chuyên việc khống chế và hóa giải tai ách; khi Ấm vào thân mệnh, đó là phúc truyền đời con cháu. Thậm chí, có thuyết rằng: *"Nãi vạn toàn thanh danh, hiển vu vương thất"* (tức thanh danh vẹn toàn, vinh hiển trong dòng họ vua); *"Nhược canh phùng Tả Hữu Xương Khúc gia hội, tắc xuất tướng nhập tướng"* (nếu Thiên Lương hội hợp Tả Hữu Xương Khúc, tất oai phong như vị quan tướng).

Thiên Lương là sao có khả năng phù hung hóa cát. Khi gặp khó khăn hoặc nguy hiểm, sao này biểu hiện điểm lành, nghĩa là nhất định sẽ hóa giải nạn đến khi tỏ rõ điểm lành. Do đó, người có Thiên Lương tọa mệnh, bất kể cung vị nào, có hay không hội chiếu cát tinh, đều sẽ gặp khó khăn để Thiên Lương thực thi khả năng hóa giải.

Thiên Lương không quá xấu, cũng không quá tốt; nó thường khiến người ta gặp phải khó khăn hoặc hung hiểm trước, rồi lại hóa giải thành như không. Ví dụ, khi khai dao phẫu thuật, ắt hẳn không chết; hay khi sự nghiệp tưởng sắp sụp, lại đột nhiên gặp

271

được trợ lực. Thiên Lương mang đến tai nạn, bệnh tật, nhưng kết quả cuối cùng cuộc sống vẫn chống chọi và đi tới. Nguyên nhân chính là như vậy. Vì thế, người Thiên Lương tọa mệnh, từ tuổi trung niên trở đi, quay đầu nhìn lại quá khứ, thường cảm thấy đời người như hư không; tư tưởng phần nhiều u uất, có khuynh hướng tiêu cực.

Một tính chất khác của Thiên Lương là thần bí. Người Thiên Lương tọa mệnh thường không tự giác tin vào các sự vật thần bí. Nếu phát triển tích cực, họ ham thích nghiên cứu, thảo luận về xã hội đương thời, cho rằng cái lý của nhận thức rất thâm thúy, nhưng thường nặng lý luận, ít thực tiễn. Nếu định hướng phát triển không tốt, tính cách có thể rơi vào soi mói, bắt bẻ chữ nghĩa, khiến người khác khó gần gũi.

Do vậy, đối với người Thiên Lương tọa mệnh, làm danh sĩ là phù hợp hơn; đây mới là tính chất cơ bản của Thiên Lương.

272

Phân biệt tính chất cát – hung của Thiên Lương

Thiên Lương tàng chứa nhiều tính chất biến hóa; bất kể tổ hợp "Thiên Lương – Thái Dương", "Thiên Lương – Thiên Cơ" hay "Thiên Lương – Thiên Đồng" đều dễ biến hóa cực đoan.

Thiên Lương không nên gặp tinh diệu thiên về phù động. Đây là đặc điểm đầu tiên của sao. Cổ thư có thuyết:

- o *"Thiên Lương Thiên Mã hãm, phiêu đãng vô nghi"* – Thiên Lương gặp Thiên Mã hãm, phiêu đãng không ổn định.

- o *"Thiên Lương Nguyệt diệu, nữ dâm bần"*

- o *"Lương dậu Nguyệt tị, khước tác phiêu phùng chi khách"*

2. Thiên Lương tối kỵ gặp Kình Dương – Đà La. Đây là đặc điểm thứ hai. Cổ nhân có thuyết:

- o *"Thiên Lương hãm địa kiến Dương Đà, thương phong bại tục"* – Thiên Lương gặp Dương Đà đồng cung sẽ tổn hại đến đạo đức, phong tục và tập quán truyền thống.

273

Vô Chính Diệu Toàn Thư – Tác giả Rosy Rain

3. Thiên Lương mừng được cư cung miếu vượng và đắc các sao phụ tá.

Thiên Lương không thích hãm ở ba cung: Tị – Thân – Hợi; vào Dậu cung cũng chỉ bình thường. Các sao phụ tá quan trọng gồm: Thiên Khôi, Thiên Việt, Tả Phụ, Hữu Bật, Văn Xương, Văn Khúc, Lộc Tồn, Thiên Mã; các bộ sao tạp diệu: Tam Thai, Bát Tọa, Long Trì, Phượng Các, Nguyệt Quang, Thiên Quý, Thiên Quan, Thiên Phúc. Cổ nhân có thuyết:

- o *"Thiên Lương thủ chiếu, cát tương phùng, bình sanh phúc thọ"*

- o *"Thiên Lương miếu vượng, Tả Hữu Xương Khúc gia hội, xuất tướng nhập tướng"*

Trong lưu niên và tiểu hạn, sao lưu theo tuổi, Thiên Lương cũng có ảnh hưởng tương tự. Khi gặp sao Thanh Long hoặc Tấu Thư, chủ về vui mừng liên quan đến văn thư, giấy tờ, bằng sắc. Tuy nhiên, "văn thư" Thanh Long, Tấu Thư khác với Văn Xương – Văn Khúc; Văn Xương – Văn Khúc có thể chỉ trái khoán, chi phiếu, cổ phiếu, còn Thanh Long – Tấu Thư chủ yếu về công văn chính phủ, cơ cấu hành chính. Bình thường, gặp Thiên Lương cùng các sao này cũng chủ về thăng tiến chức vị hoặc đạt danh hàm.

Về tính cách, Thiên Lương cát thì hướng vào tự học, nghiên cứu; hung thì dễ lầm lì, khép kín. Do đó, dù cát hay hung, Thiên Lương vẫn đem lợi vào sự học thuật, nghiên cứu. Cổ nhân có câu:

- *"Lương Đồng Cơ Nguyệt dần thân vị, nhất sanh lợi nghiệp thông minh"* – tổ hợp Lương – Đồng – Cơ – Nguyệt tại Dần – Thân, cả đời thông minh và có lợi về nghề nghiệp.

Nếu gặp thêm Hình Kỵ, tính cách có xu hướng cô khắc, rối loạn; nhưng nếu ở hậu thiên có cách cục tương hợp, tính cách trở nên linh động. Khi đó, mệnh chủ khó tập trung vào học thuật nghiên cứu và khó trở thành người tài giỏi trong giới học thuật.

Vô Chính Diệu Toàn Thư – Tác giả Rosy Rain

Thiên Cơ – Thiên Lương thủ mệnh ở cung Thìn và Tuất: Kỹ năng thuyết phục

Thiên Cơ – Thiên Lương thủ mệnh tại cung Thìn hoặc Tuất thuộc nhóm người có "kỹ năng thuyết phục", được hiểu đơn giản là khả năng dùng lời nói diễn giải vấn đề để khiến người khác tin, đồng ý và hành động theo ý muốn, ý kiến cá nhân của mình.

- Thiên Cơ được xếp vào hàng cao thủ về cơ trí, ứng biến lanh lẹ, có tài nói chuyện và thuyết phục.

- Thiên Lương với tướng mạo đôn hậu khiến người khác tin phục.

Kiểu phối hợp Cơ – Lương có điều kiện tiên thiên khá thuận lợi, thể hiện kỹ năng thuyết phục hiệu quả, gây sức ảnh hưởng đến người khác, cụ thể:

- Xây dựng và duy trì mối quan hệ

- Chiếm được lòng tin

- Lựa chọn thời điểm và cách thức thuyết phục

- Nắm bắt sự tương đồng với đối phương

276

- Luôn đưa ra dẫn chứng và lập luận khi thuyết phục

- Tham khảo ý kiến chuyên gia, không áp đảo suy nghĩ người khác, dùng ý kiến chuyên gia để nâng độ tin cậy

- Phong cách nói chuyện phù hợp với tính cách người nghe

Cung Tài Bạch có Thiên Đồng – Thái Âm biểu hiện lời nói, cử chỉ thân thiện, ôn hòa, khiến người khác dễ tin tưởng, thậm chí "lỏng tay" trong vấn đề tiền bạc.

Cơ – Lương là những người sinh ra đã có tài ăn nói, sử dụng ngôn ngữ cơ thể hiệu quả, rất có khả năng thuyết phục người khác.

Nếu Cơ – Lương đi cùng hình sát tinh hoặc bại tinh, việc rèn luyện kỹ năng thuyết phục sẽ khó khăn hơn và kéo dài hơn. Tuy nhiên, họ vẫn học được nhờ cung Tật Ách có Thiên Phủ. Khi nhận ra giao tiếp chưa khéo hoặc làm phật lòng người khác, người Cơ – Lương sẽ sửa chữa và phục hồi khuyết điểm.

Cung Điền Trạch Vô Chính Diệu, Cung Phu Thê Cự Nhật

Người này thường không mua bất động sản tại quê hương nơi sinh. Nếu có mua, thường sẽ để tên người khác đứng tên, ví dụ như người phối ngẫu hoặc người thân. Nếu cung Tử Tức có nhiều sao tụ tập, xu hướng này càng rõ rệt, tức là mua nhà lập nghiệp ở phương xa. (Âm Dương Giáp cung Tử Tức) Đây là đặc trưng của người lập nghiệp xa nhà.

Thiên Cơ là sao có khả năng hành động hạn chế, nhưng sở hữu sức chịu đựng lớn, giỏi mưu lược, lấy nhu thắng cương. Khi gặp Thiên Lương, người này nghiêm minh, công chính, có thái độ điềm tĩnh. Sự kết hợp Cơ-Lương tạo hình ảnh "anh chàng mọt sách gặp kẻ nói dối".

Những người Cơ-Lương ở cung Nô có Liêm-Phá, cung Phu Thê có Cự-Nhật, thường là người quân tử trong tình cảm; vì yêu mà bị lừa cũng là điều bình thường.

Cung Phúc Vô Chính Diệu

Người này dễ mất phương hướng, đặc biệt trong vấn đề tình cảm. Họ rất nhạy cảm, thường hoang mang khi thất tình, hoặc nghi ngờ tính trung thành của đối phương. Nếu ngay cung mệnh có Thiên Cơ, Thiên Lương và thêm Tang Môn, tính lo xa càng tăng, nhưng lại khó đi tới đâu, giống như "ôm rơm vào bụng". Điều này không chỉ làm khổ bản thân mà còn làm hôn nhân thiếu sự ổn định cần thiết.

Cung Phụ Mẫu

- Tử-Sát không nên thêm Hóa Quyền, vì một trong cha mẹ có thành kiến nặng.

- Tử-Sát có Hóa Khoa thì cha mẹ có tiếng tăm, nhưng mối quan hệ giữa hai đời chưa chắc hòa hợp.

- Tử-Sát có Hỏa Linh, hội Thiên Mã chủ về rời xa cha mẹ, đây là dấu hiệu không thuận lợi.

Tác động tới Phu Thê

Cung Phụ Mẫu lục hại cung Phu Thê: Người Cơ-Lương ở buổi đầu đời thường gặp trắc trở tình cảm, một phần nguyên nhân xuất

Vô Chính Diệu Toàn Thư – Tác giả Rosy Rain

phát từ trưởng bối trong gia đình. Việc lập gia đình muộn cũng có thể do ảnh hưởng của cha mẹ.

Cung Tử Tức có Vũ Khúc, Tham Lang: phần nhiều khó có con hoặc có con muộn; con cái thường có cá tính cương cường, hay chống đối. Lúc còn nhỏ, có thể có đứa đi học ở xa, thời gian được ở chung với mình không nhiều.

Cung Tử Tức Vũ-Tham có thêm Hóa Lộc: chủ về có thêm con nuôi, hoặc mình có con khác cha hoặc khác mẹ. Sát Phá Tham có sát tinh đồng cung khiến con cái quá quật cường, bướng bỉnh. Nhất là bộ Vũ Khúc, Thất Sát không nên có sát tinh.

Trong quá trình sinh đẻ, còn gặp hung hiểm, nguy cơ sinh con có tật ở tần suất khá cao. Khuyên người có mệnh cách này nên kiểm tra sức khỏe định kỳ trước khi sinh, để tránh di truyền các bệnh ngầm cho con cái.

Nếu có Kình, Đà, Giáp cung, đối cung là cung Điền có Hóa Kỵ, đây là mẫu người vận con cái kém. Nếu bạn đã kết hôn nhiều năm mà vẫn chưa có con, thì nên làm kiểm tra vô sinh.

Cự Nhật đóng cung Phu Thê – Chọn con tim hay chọn lý trí

Mẫu người Cơ Lương thường là người sống lý trí mạnh. Lý trí giúp ta thấu hiểu vấn đề, phân tích rõ ràng và từ đó tìm ra những giải pháp khôn ngoan. Nhưng trong tình cảm, lý trí lại là ngôn ngữ của trái tim. Trái tim có những biểu hiện mà lý trí không bao giờ hiểu được.

Lý trí không trả lời được tại sao ta yêu người này mà không yêu người khác; tại sao ta nhớ nhung và cảm thấy hạnh phúc bên người kia mà không phải là người nọ. Yêu bằng lý trí thì chẳng phải tình yêu thật sự, vì khi yêu, ta cứ thế mà yêu, không cần phân tích được gì hay mất gì. Tình yêu có ngôn ngữ riêng, chỉ một mình nó và tầng số bên kia hiểu được. Lý trí chỉ giúp ta nhìn tình yêu từ góc độ bên ngoài: về tính đúng đắn, hậu quả và cách xây dựng nó mà thôi. Còn dòng cảm xúc chất chứa trong tình yêu, lý trí chẳng thể can thiệp. Người Cơ Lương trong tình cảm vì thế thường hơi vụng về.

Người Cơ Lương nên mở lòng, trải rộng con tim để đón nhận mọi người, từ đó mới thấy cuộc đời thật ý nghĩa. Bởi thế, người Cơ Lương khôn ngoan sẽ đưa một chút tình vào mọi tính toán của lý

Vô Chính Diệu Toàn Thư – Tác giả Rosy Rain

trí, và đặt một chút lý trong những cảm xúc yêu thương. Không có quy tắc nào giúp ta xác định tỷ lệ giữa lý và tình là vừa.

Điều người Cơ Lương cần học là từ từ, qua những kinh nghiệm trong cuộc sống, đôi khi qua cả những lần sai phạm. Ít ra, ý thức về điều này sẽ giúp bạn cẩn trọng hơn trong chọn lựa các mối quan hệ. Đây cũng là lý do mệnh Cơ Lương đường nhân duyên thường hơi chậm muộn.

MỆNH THIÊN CƠ THIÊN LƯƠNG	CỰ NHẬT THỦ CUNG PHU THÊ CHỌN CON TIM HAY CHỌN LÝ TRÍ		
PHU THÊ THÁI DƯƠNG CỰ MÔN			

Thái Dương – Cự Môn thủ cung Phu Thê: Nhân duyên và số phận tình cảm của người Cơ Lương

Trong lá số mệnh Thiên Cơ – Thiên Lương, nếu có Thiên Riêu, con người thường trải nghiệm những mối quan hệ trước hôn nhân, như những nốt nhạc mở đầu cho bản giao hưởng đời mình. Nữ mệnh có Thái Dương cư Phu hoặc cư Mệnh thường mang nhiều nhân duyên, ánh sáng của Thái Dương như ngọn đèn đào hoa soi rọi qua các mối tình, đặc biệt khi nhập Mệnh nữ, nhấn mạnh những cảm xúc đầu đời nảy sinh từ trái tim.

Với nam Cơ Lương, đời sống tình cảm đầu tiên thường chịu ảnh hưởng của áp lực gia đình, cùng bản ngã tự ái và cái tôi cao. Thường mối tình đầu được định sẵn với những cô gái duyên dáng, mang nét nghệ sĩ, xinh đẹp, khiến trái tim rung động nhưng ít khi trọn vẹn. Khi mối tình đó kết thúc, để lại thương tiếc như một dấu ấn sâu đậm; đôi khi, người yêu cũ quay trở lại trong hoàn cảnh hôn nhân không trọn vẹn, nhưng kết nối lại cũng khó có thể khơi dậy quá khứ.

Người Cơ Lương tiếp tục cuộc hành trình một mình, gặp gỡ những trái tim khác, nhưng bóng dáng mối tình xưa vẫn ám ảnh, nhắc nhở về những hi sinh đã qua, về tình yêu chưa được trọn

Vô Chính Diệu Toàn Thư – Tác giả Rosy Rain

vẹn. Sự trầm lặng, dè dặt và lòng trung thành sâu sắc khiến họ thường lập gia đình muộn, đôi khi không phải vì yêu mà vì tìm một bờ vai chia sẻ, một đồng hành cuộc sống.

Trong lá số, Thái Dương – Cự Môn như hai vì sao song hành, vừa chiếu sáng, vừa thách thức lòng người: lý trí và cảm xúc giao tranh, tình yêu và thực tại đan xen, tạo nên một đường nhân duyên vừa lãng mạn, vừa trầm mặc, đậm chất học thuật nhưng giàu cảm xúc.

Mệnh Cơ Lương Thìn – Tuất

Thiên Cơ là sao Thiện Tinh, chủ về khéo léo và kỹ năng; Thiên Lương chủ về "Ấm", tức may mắn, cứu giải. Khi thiện và ấm gặp nhau, chủ về duyên lành. Người Cơ Lương tại mệnh thường gặp nhiều duyên lành: dù thiếu thời có hoàn cảnh gia đình khó khăn, vẫn tai qua nạn khỏi và nhận được sự giúp đỡ của quý nhân.

Khi đến hạn gặp các tài tinh như Quang Quý hay Lộc Tồn, năm tháng đó gia đình có thể trúng số, hoặc bản thân được người khác giúp về tài chính, vượt qua khó khăn. Ngay tại cung mệnh có Cơ Lương, người này không bao giờ phải lo nghèo khổ, thiếu ăn thiếu mặc. Thế hệ bố mẹ có thể trải qua vất vả hoặc phải gánh vác trách nhiệm (như giúp đỡ họ hàng), nhất là khi tam hợp Thái Âm – Thái Dương gặp Tuần Triệt, bố mẹ vẫn trải qua gian nan nhưng vẫn thuộc nhóm có tài. **Cung Điền, dù Vô Chính Diệu,** nhưng nếu có cách Giáp Âm Dương, đi xa mua nhà sau này vẫn có nhà cửa tốt. Cung Điền Vô Chính Diệu lúc đầu đời có nhiều cơ hội nhưng không nắm bắt được, số đi xa lại thuận lợi.

Người Cơ Lương là người nhiều mưu kế, biết lo xa nhưng thực tế; cung Tài Đồng Âm chủ về sự sâu sắc trong tính toán, nghiêng về trí tuệ.

285

Vô Chính Diệu Toàn Thư – Tác giả Rosy Rain

Đồng Âm cung Tài và đặc trưng của người Cơ Lương

Đồng Âm ở cung Tài chủ về kín tiếng trong tài chính, là tốt; đồng thời người Cơ Lương thường làm được nhiều nghề nhờ sự linh hoạt và khéo léo. Ở cung Thìn, tính cách tự ái, cái tôi cao và hơi bảo thủ hơn cung Tuất; người Cơ Lương thường già trước tuổi về nhận thức nhưng không bao giờ dành giựt. Nhóm này hơi nóng nảy ở tuổi thiếu thời, ăn ngay nói thẳng, đôi khi đụng chạm, nhưng sau này rút kinh nghiệm và chín chắn hơn.

Cơ Lương là bộ sao rất đáng nghiên cứu: lúc thì khéo léo, uyển chuyển; lúc lại thẳng thắn, nói thẳng vào mặt người khác. Người Cơ Lương rất nhạy cảm, có cảm giác như biết trước chuyện may rủi, cảm nhận được năng lượng xấu hoặc linh cảm về những sự kiện không giải thích được, thuộc nhóm người có giác quan thứ sáu cao. Do đó, khi nghiên cứu các lĩnh vực tâm linh, huyền học, tử vi đẩu số, họ rất dễ đạt thành tựu.

Nếu Cơ Lương đi cùng Đào Hồng – Xương – Khúc, họ nhạy cảm với nghệ thuật, ấp ủ nhiều chuyện trong lòng, thường là văn nhân, nghệ sĩ, giáo viên hoặc người viết lách rất giỏi.

Cung Phu Thê và Cự Nhật – Mối tình đầu và dấu ấn tình cảm

Cung Phu Thê có bộ Cự – Nhật tổ cách 2 chính tinh thường xuất hiện hai cuộc tình. Có thời gian chia tay rồi quay lại; mối tình đầu để lại dấu ấn sâu sắc, khiến dù lấy vợ hay lấy chồng, người Cơ Lương vẫn thường suy nghĩ về chuyện cũ.

Cung Tử Tức hơi khó có con, nên khi còn trẻ, nếu có thì nên giữ gìn.

Trong hạn, người Cơ Lương nếu gặp Thiên Phủ tại cung Tật Ách thường đối mặt với những hạn đáng lo ngại, có nguy cơ thương tật về cơ thể hoặc nội tạng.

Thiên Lương ở hai cung Tị hoặc Hợi – Biến động và cảm xúc

Trường hợp Thiên Lương tọa thủ ở cung Tị hoặc Hợi, đối cung là Thiên Đồng, cho thấy người này sẽ vì khát vọng phiêu dật, lãng mạn của Thiên Đồng mà trải qua những biến động tinh tế, khiến lòng dao động và cảm xúc dễ thay đổi.

Cần biết rằng Thiên Lương trong 12 cung, dù đơn thủ hay tổ hợp song tinh, vẫn phát huy đầy đủ tính già dặn, vững vàng của Mậu Thổ (Dương Thổ). Ngay ở cung Tị hoặc Hợi, Thiên Lương cũng không mất đi thiên phú vốn có.

Trường hợp mệnh Thiên Lương ở Tị, hướng đi của mệnh vận có nhiều cơ hội làm việc trong cơ cấu đặc biệt hoặc gánh vác nhiệm vụ quan trọng; trong khi Thiên Lương ở Hợi, cảnh ngộ này ít hơn.

Người Thiên Lương Tị-Hợi thường bị chữ "tình" làm cho cảm thấy nghi nan, khó định hướng. Lưu ý: Thiên Lương tọa mệnh cung Tật Ách luôn có Thiên Phủ, biểu thị tính trầm ổn tiềm ẩn.

Chỉ khi Thiên Lương nằm ở cung Tị-Hợi, trong cung Thiên Di đối diện xuất hiện Thiên Đồng – sao "tài nghệ", chủ về cảm tình lãng mạn, thì người Thiên Lương ở hai cung này sẽ vì tình mà biến sắc, trải qua những cảm xúc sâu sắc và phiêu lưu.

288

Thiên Lương Tí hoặc Ngọ – Giao tiếp và mối quan hệ

Ngược lại, người Thiên Lương ở Tí hoặc Ngọ thường đứng đầu trong nhóm những người có khả năng giao tiếp rất tốt, bởi đối cung là Thái Dương. Họ dễ có khuynh hướng tiếp cận các lĩnh vực tôn giáo, tín ngưỡng. Nếu nắm vững phép luận giải này, ta sẽ hiểu nguyên nhân tại sao Thiên Lương thủ mệnh lại đa sắc, biến hóa phong phú như vậy.

Thiên Lương thủ cung Phu Thê thường chỉ ra rằng người phối ngẫu không có nhiều tính lãng mạn. Khi quan hệ hai người, đôi lúc cảm giác như một thư sinh gặp phải binh lính: khôi hài nhưng thú vị. Khi xảy ra tranh chấp hoặc nổi giận, đương số thường nhận ra mình vô tình mang lại rắc rối cho người phối ngẫu.

Vô Chính Diệu Toàn Thư – Tác giả Rosy Rain

Thiên Đồng – Thiên Lương thủ mệnh ở cung Dần và Thân – Quan hệ tình cảm

Thiên Đồng – Thiên Lương thủ mệnh ở cung Dần hoặc Thân tạo nên những mối quan hệ giữa đương số và người phối ngẫu (hoặc người yêu) rất thú vị, đáng để nghiên cứu.

Người mệnh Đồng – Lương thường có nhiều cơ hội kết hợp với người có giác quan thứ sáu nhạy bén, hoặc người mắc chứng đa nghi nặng (hoặc tổng hợp cả hai đặc tính trên). Trong tình yêu, họ dễ bị người yêu hiểu lầm là thiếu chủ kiến, bị động, thần kinh chất hoặc nhu nhược, từ đó nảy sinh bất hòa trong gia đình.

MỆNH THIÊN ĐỒNG THIÊN LƯƠNG		**PHU THÊ** CỰ MÔN	

Đồng – Lương thủ cung Phu Thê

Ngoài Thiên Cơ, Thiên Đồng cũng là sao tượng trưng cho sự biến động và thay đổi; vì thuộc Thủy nên dễ thay đổi nhưng cũng dễ hòa đồng.

Khi Thiên Đồng đồng cung với Thiên Lương ở cung Phu Thê, bản thân đương số thường tìm bạn đời có tuổi tác chênh lệch đáng kể, nhưng không phải là người lớn tuổi hơn mà thường là người nhỏ tuổi hơn. Hơn nữa, về cá tính và công việc, người phối ngẫu thường khác biệt rõ rệt so với đương số.

Cổ thư ghi rằng, khi cung Phu Thê có Thiên Đồng – Thiên Lương đồng cung, đây là cách cực kỳ mỹ mãn: bên ngoài, người phối ngẫu thường có điều kiện hơn đương số rất nhiều, tạo nên mối quan hệ vừa thú vị, vừa đáng ngưỡng mộ

Mệnh Vô Chính Diệu – Đối cung Thiên Cơ, Thiên Lương

Cung Thiên Di có Thiên Cơ, Thiên Lương chủ về rời xa quê hương để phát triển, và nếu gặp cát tinh thì đây là đại lợi. Cơ – Lương còn chủ về được người nâng đỡ khi đi xa; bởi Thiên Lương là "Ấm Tinh", nên người này còn thường gặp nhiều cơ hội có sẵn.

Nếu Thiên Khôi, Thiên Việt hội họp, tác dụng càng rõ rệt. Ngay cả khi có sát tinh, cũng chỉ là một phen hú vía; cát tinh và sát tinh lẫn lộn thường chủ về nhờ họa mà được phúc.

Ví dụ, gặp một chuyện phiền phức, nhưng nhờ đó mà quen biết được người có lực chi viện, giúp mở ra cơ hội và thuận lợi trong cuộc sống.

Cung Phụ Mẫu có Thiên Phủ

Nếu cung Phụ Mẫu có Thiên Phủ, đồng thời thêm Tam Hóa hoặc Lộc Tồn, trong gia đình rất có thể xuất hiện nhân vật tai to mặt bự, giàu có, quyền lực và uy lực vô cùng. Bản thân đương số được nhờ vào bố mẹ, cuộc sống không thiếu thốn, bố mẹ song toàn.

Tránh gặp kho lộ kho trống, nếu không dễ bị hình khắc. Khi gặp Kình Đà, Linh Hỏa, Thiên Hình bất hòa, hoặc Không Kiếp, có thể gặp trường hợp làm con nuôi người khác.

Nếu Thiên Phủ gặp đào hoa và có thêm các sao lẻ như Xương – Khúc, bố mẹ có thể có tình nhân bên ngoài.

Về sau, đương số được lấy chồng hoặc lấy vợ trong điều kiện như vậy, nhưng mối quan hệ với nhạc phụ, nhạc mẫu rất dễ phát sinh đụng chạm.

Cung Điền Trạch có Vũ Khúc – Tham Lang

Trên nguyên tắc, khi Vũ – Tham đóng tại cung Điền Trạch, đương số sẽ có nhà cửa về sau. Nếu gặp cách Giáp Thái Dương – Thái Âm, đặc biệt khi đồng cung có Hỏa Linh, Tham Linh, sản nghiệp của ông cha có thể tăng đột ngột.

Ngay cả khi Vũ – Tham gặp Kình Đà, Không Kiếp, Hình, Hao, điều này chủ về phá tán, thất bại, nhưng không quá nghiêm trọng; đôi khi sản nghiệp tăng nhanh quá thì cũng mất nhanh.

Nếu Vũ – Tham có Hóa Kị, trong vấn đề sản nghiệp thường có bất hòa, tranh chấp. Tuy nhiên, cần lưu ý rằng Vũ – Tham vẫn là sao phát chủ, nên tác dụng rõ ràng nhất thường ở hậu trung niên.

Thái Dương – Cự Môn đồng độ tại Dần hoặc Thân:

Tính chất cơ bản Chủ về điều tiếng, thị phi, miệng tiếng (người dễ bị bàn tán, khen chê, dèm pha).

Chủ về người ngoại quốc, ngoại nhân hoặc thường có duyên phận, công việc gắn với người xa lạ, phương xa.

Chủ về ngoại vụ: công việc mang tính đối ngoại, ngoại giao, thanh tra, văn phòng.

Ba đặc tính này trái ngược với tổ hợp Thái Dương – Thái Âm (Cự Nhật). Trong đó, ở cung Dần thì ảnh hưởng nặng nề hơn cung Thân.

Ý nghĩa nghề nghiệp:

Thái Dương – Cự Môn nếu gặp cát hóa, chủ thành danh trong các nghề nghiệp thuộc lĩnh vực quảng bá, truyền thông, quảng cáo.

Cự Môn Hóa Lộc: giỏi ăn nói, có tài diễn đạt. Nếu thêm Tả Hữu, Xương Khúc, Thai Tọa, Quang Quý, có thể bước vào chính giới, ngoại giao, pháp luật, trở thành người được trọng dụng.

Nếu đóng cung Quan lộc và gặp Hóa Kị: hợp với nghề nghiệp mang tính "giải tỏa phiền khó" – tức tư vấn, giải quyết vấn đề nan giải. Nhưng bản thân dễ chịu áp lực nặng nề.

Ảnh hưởng của Hóa Kị:

Vô Chính Diệu Toàn Thư – Tác giả Rosy Rain

Cự Nhật + Hóa Kị: không thích hợp chính giới (dễ bị thị phi, oán trách).

Nếu mệnh cách cao, không có sát tinh, thích hợp với nghề quan hệ công chúng, pháp luật, quảng bá, nghệ thuật biểu diễn.

Nếu mệnh yếu và có sát tinh, dễ hợp với nghề bán hàng, chào hàng, dạy học. Nếu quá nhiều sát tinh, nghề nghiệp dễ liên quan tới tửu sắc, rượu chè, nghệ thuật hưởng lạc.

Ảnh hưởng của Hóa Lộc – Hóa Quyền:

Chủ về nhờ người phương xa, người ngoại quốc, hoặc quan hệ quốc tế mà kiếm tiền.

Mẫu người giỏi ngôn ngữ, tài nghệ ca xướng, biểu diễn.

Lưu ý:

Thái Dương nếu lạc hãm, gặp sát tinh thì không nên cầu danh, không hợp công việc phải xuất đầu lộ diện.

Cự Nhật gặp Hình, Hao, Tứ Sát: vẫn có thành danh nhưng thường bị dèm pha, chỉ trích. Điển hình như nghề diễn viên, luật sư – vừa được tiếng nhưng cũng lắm thị phi.

Quan Lộc có Cự-Nhật đi cùng Hóa Kỵ, lại thêm Hỏa Tinh đồng cung, đương số gặp ai cũng nói vừa phải, nhưng riêng với người phối ngẫu hoặc người yêu thì lại mắc "bệnh" nói nhiều. Thường hay bị người yêu nhận xét là người lải nhải, rắc rối, tính lại hay chì chiết. Mặc dù không cố tình, nhưng lại hay bới móc khuyết điểm của người khác để làm trò tiêu khiển.

Khuyên: Tốt nhất nên biết tiết chế một chút. Còn nếu lỡ thương người mang tính cách này, thì phải chuẩn bị tinh thần làm người điềm đạm: học cách nuốt giận, nhẫn nhịn, và đôi khi… giả vờ không nghe thấy gì để giữ hòa khí.

Can Giáp: Liêm Trinh, Phá Quân, Vũ Khúc, Thái Dương.

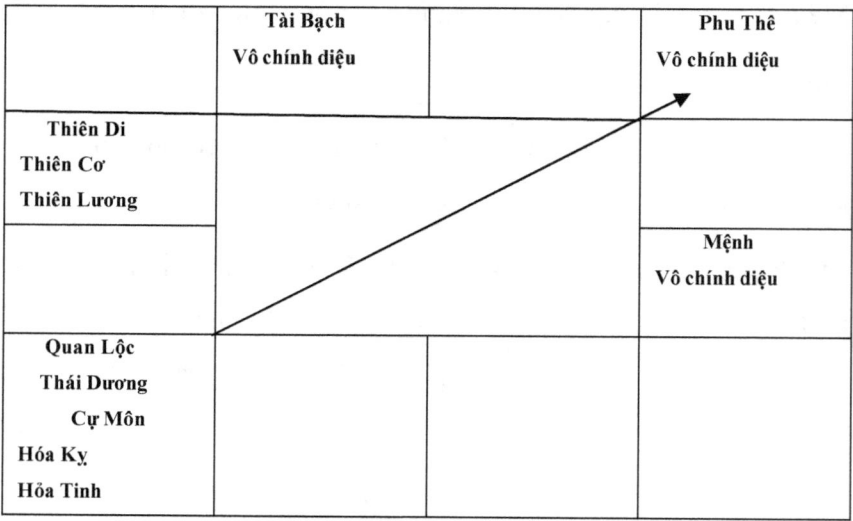

	Tài Bạch Vô chính diệu		Phu Thê Vô chính diệu
Thiên Di Thiên Cơ Thiên Lương			
			Mệnh Vô chính diệu
Quan Lộc Thái Dương Cự Môn Hóa Kỵ Hỏa Tinh			

Vô Chính Diệu Toàn Thư – Tác giả Rosy Rain

Thái Dương vốn đại diện cho sự quang minh lỗi lạc, cởi mở và rộng rãi.

Nhưng khi gặp Hóa Kỵ thì lại hoàn toàn tương phản: trở nên bi quan, hồ nghi, thiếu tự tin và không có cảm giác an toàn.

Nếu Thái Dương Hóa Kỵ nhập cung Quan Lộc, đương số rất dễ rơi vào tâm lý tiêu cực, mặc cảm tự ti, thường có thái độ "hư trương thanh thế" (phô trương, khoác lác). Đây là kiểu người trong ngoài bất nhất, phong cách hành sự cường điệu khiến người khác tưởng họ có tâm cơ sâu sắc, nhưng thực ra chỉ là cơ chế phòng vệ quá nặng mà thôi.

Khuyên:

- Nên rèn tính khiêm tốn, nhẫn nhịn để tránh làm tổn thương người khác.

- Với ai đang yêu người có cách cục này, cần trao cho họ một tình yêu ấm áp, nhẫn nại. Chỉ khi cảm thấy được chở che, họ mới dần kiểm soát tâm lý phòng vệ và học cách thẳng thắn, cởi mở với tha nhân.

Vô Chính Diệu Toàn Thư – Tác giả Rosy Rain

Tài Bạch Vô Chính Diệu

Khó định hướng kiếm tiền, nhưng thích ứng tốt. Ít gặp nguy cơ phá sản, song khó giàu lớn vì không dám liều. Hay tính toán kỹ lưỡng đến mức cầu toàn, đôi khi do quá khắt khe mà chậm hành động, không chỉ với bản thân mà cả với người xung quanh

Coi trọng gia đình, trung thành, trí tuệ, sống trách nhiệm.

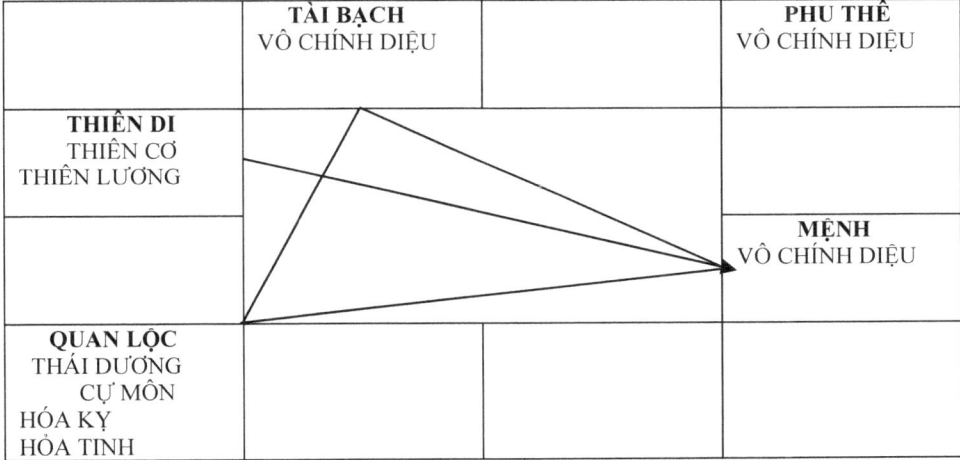

Cung vị cô đơn , độc lập, thông minh biết gây ấn tượng.

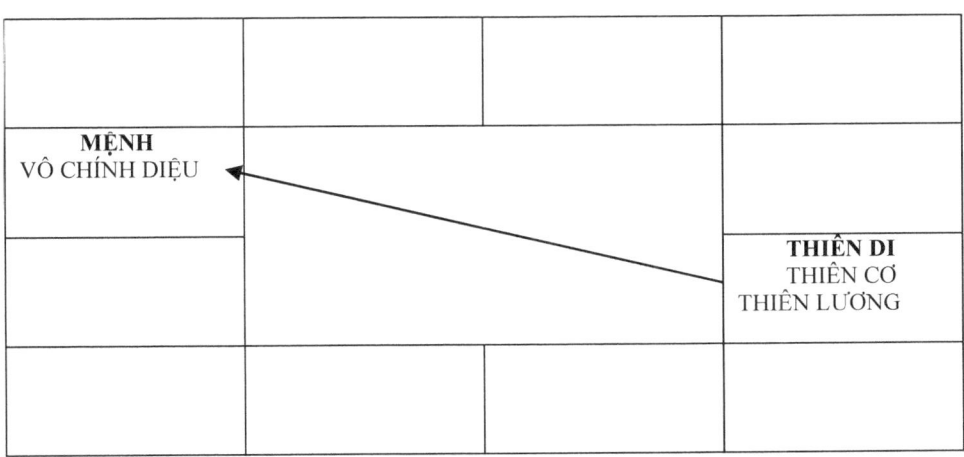

Tình cảm và hôn nhân:

Muộn chậm hôn nhân; trong tình yêu, cần nhiều người cổ vũ mới dám vững tin tiến đến lễ đường. Tính tình cẩn thận, ưa yên tĩnh, tôn trọng truyền thống, thường bị chê là thiếu dũng khí canh tân (canh tân = cải cách, đổi mới).

Người phối ngẫu có cơ hội lớn làm công chức, lập kế hoạch, thiết kế, kỹ sư, nhà văn, y khoa, pháp luật. Công việc về văn rất nhiều so với kinh doanh, buôn bán. Nếu cung Điền có thêm Không Kiếp, người phối ngẫu rất có duyên làm nghề mệnh lý học, tôn giáo, huyền học, kiêm thầy thuốc.

Nhìn trung Mệnh Vô Chính Diệu tại vị trí này, người có biểu hiện sâu sắc, sống nội tâm. Dù bề ngoài không hiện ra, sâu thẳm vẫn là người trọng chiều sâu tâm hồn (Mệnh ở Thìn nặng hơn Tuất). Có thể tĩnh tâm học hành; lợi điểm là rất có sức thuyết phục người khác. Nhưng do tư duy hay thay đổi, nên quá trình thành việc thường suy nghĩ quá nhiều hoặc cầu toàn, dễ tự trói tay chân.

Khuyên: làm việc nên có nguyên tắc, ổn định và bảo vệ được tiền đồ. Cách mệnh này thường trải qua thời gian dài thử thách mới đến thành công. Kết hôn càng muộn càng tốt; nếu vội vã dễ rơi vào tình trạng "nhanh đến, nhanh đi". Tuy nhiên, người có cách

Vô Chính Diệu Toàn Thư – Tác giả Rosy Rain

này rất khó áp dụng câu "dục tốc bất đạt", vì nhìn quanh, bạn bè cùng trang lứa đã lập gia đình hoặc sinh con hết.

Đặc điểm khác:

- Duyên kết hôn với người nước ngoài.

- Tình yêu trải qua nhiều trở ngại.

- Sau kết hôn, thường cảm giác không hiểu được người đối phương; trong gia đình, nói nhiều thì gây chuyện, im lặng thì bị cho là thiếu tôn trọng, khóc lóc bị coi là trẻ con; hay có cảm giác không được lắng nghe.

- Nhiều điều khó nói với bạn đời; tâm hồn hai người khó cảm thông nhau, nhưng thực ra cảm giác này chủ yếu từ bản thân.

Phúc có Đồng Âm thường chủ về an lạc.
Tránh gặp Hỏa Linh, vì dễ phiền não, mất sáng suốt, hoặc có khuynh hướng đồng tính.

Khuyên: thực hành thiền, chăm sóc bản thân, tham gia cộng đồng, suy nghĩ tích cực và lạc quan.

Nhìn chung về vấn đề tình cảm

Ở những buổi đầu đời, bạn là người thiếu kinh nghiệm yêu đương nhưng dễ nảy sinh tình cảm với người khác phái. Trong cuộc đời sẽ có một khoảng thời gian tính cách hướng nội, thích ở một mình. Mặc dù bạn có ngoại hình ổn, tính cách không có vấn đề gì bất thường, giao tiếp cũng bình thường: hợp thì nói nhiều, không hợp thì nói ít. Nguyên nhân chính là ít trải nghiệm sống vì không mấy đi ra ngoài.

Đây cũng thuộc mẫu người nhìn quá cao, rất khó gặp người phù hợp. Khuyên: nên học cách thấu hiểu ngôn ngữ yêu thương. Tình yêu là khởi nguồn của cuộc sống. Khi dành tình cảm cho ai đó, ta có xu hướng cho đi, luôn muốn mang đến cho đối phương những gì tốt đẹp nhất như một lẽ tự nhiên.

Mỗi người có cách bộc lộ và cảm nhận tình yêu khác nhau, không ai giống ai. Bạn có cách cục này tâm dễ động, đôi khi cũng không biết mình muốn gì, mang tiếng là người tính hay thay đổi. Nếu cung Phu Thê có Kình, Đà, Linh, Hỏa, Giáp cung, nhiều lúc lại nghĩ nhiều nhưng không dám hành động, thậm chí khi người yêu đưa đến trước mặt còn có cảm giác muốn chạy trốn, gây phiền phức.

Vô Chính Diệu Toàn Thư – Tác giả Rosy Rain

Vậy nên, thấu hiểu ngôn ngữ yêu thương của đối phương cũng như của chính mình sẽ giúp bạn khơi dậy và nuôi dưỡng tình cảm bền lâu trong bất kỳ mối quan hệ nào. Mẫu bạn này chuyện tình cảm thường hao tốn nhiều tâm tư hơn một chút.

Thiên Cơ – Thiên Lương thủ cung Phúc Đức

- Thiên Cơ thủ cung Phúc chủ về lo nghĩ nhiều, hứng thú với nhiều lĩnh vực.

- Thiên Lương thủ cung Phúc chủ về thanh cao, coi trọng sự hưởng thụ tinh thần.

- Cung Phúc có bộ Cơ Lương thường có khả năng tự thỏa mãn. Nếu có sát tinh thì tư tưởng thiên lệch; có Không Kiếp càng nặng nề. Nếu chuyên tâm vào triết học, phần nhiều lại có thành tựu.

- Gặp Hình, Kỵ, Hao, thường lo lắng, buồn phiền, vất vả bôn ba.

- Gặp Khoa hoặc Quyền, bạn là người giỏi tính toán, nhân tài trong lĩnh vực kế hoạch, quản lý, thiết kế.

- Cơ Lương đồng cung với Hóa Kị (người can Mậu Tham Nguyệt Bật Cơ) chủ về mất ngủ. Hỏa Linh gây tính nóng nảy, hay cảm giác bất an, tự tìm buồn phiền. Nếu không có sao thì cảm giác tiêu cực vẫn hiện hữu.

Thiên Đồng – Thiên Lương thủ cung Điền Trạch

- Bản chất: Đồng Lương chủ về tính lưu động và cơ hội, thúc đẩy khả năng biến hóa trong vấn đề nhà đất.

- Ứng dụng nghề nghiệp: Người có Đồng Lương tại cung Điền phù hợp với nghề mua bán bất động sản hoặc các hoạt động kinh doanh liên quan đến bất động sản.

- Cát – hung tinh: Khi Đồng Lương được cát hóa, phương pháp "bán trước, mua sau" thuận lợi. Tuy nhiên, nếu Thiên Lương gặp Hóa Lộc, vẫn có khả năng phát sinh một số phiền phức nhỏ.

Vô Chính Diệu Toàn Thư – Tác giả Rosy Rain

Hạn đầu đời – Cung Bào (Liêm – Phá)

- Hạn đầu đời ở cung Bào có Liêm – Phá thường là giai đoạn dễ gặp tai nạn, thương tích hoặc những sự kiện làm người ta nhận ra cuộc đời không đơn giản, cần thận trọng trước cạm bẫy và rủi ro.

- Nếu Liêm – Phá gặp sát – kị tinh thì tác động càng nặng. Đối với nam giới, dễ sa đọa hoặc bị dẫn dụ.

- Ba vấn đề cần lưu ý trong hạn này:

    1. Sức khỏe bản thân

    2. Sức khỏe bố mẹ (nếu cung Phụ Mẫu có Hóa Kị)

    3. Xe cộ, di chuyển

- Đại vận có Liêm – Phá tại cung Bào không nên di chuyển hoặc đi xa.

Hạn đến Cung Phu Thê

- Khi hạn đến tam hợp Vô Chính Diệu có Cơ – Nguyệt – Đồng – Lương, thường thuận lợi cho việc lập gia đình

Vô Chính Diệu Toàn Thư – Tác giả Rosy Rain

trong những năm này. Đây là cung hôn nhân, hạn này báo hiệu thời điểm xuất giá, kết hôn.

- Tuy nhiên, nếu cung Tài hoặc cung Phúc xấu, có hình – sát (Hóa Kị), đây là hạn vợ chồng dễ gặp vất vả, người phối ngẫu có thể gặp tai ương hoặc tình trạng bất ổn.

Cung Phụ Mẫu

- Nếu có cát tinh, bố mẹ thường khỏe mạnh và ổn định.

- Nếu có hình – ky, bố mẹ dễ gặp mâu thuẫn, tai họa, đặc biệt cần lưu ý sức khỏe của mẫu thân.

- Đương số thường có cảm giác lo lắng; nếu Thân cư Thiên Di, sức khỏe bản thân cũng có thể yếu.

- Khi đại vận đến cung Phụ Mẫu, những năm này cần chú ý các vấn đề liên quan đến giấy tờ, văn thư, khế ước, danh dự.

TẬT ÁCH	TÀI BẠCH	TỬ TỨC	PHU THÊ
	Đại hạn VCD trong tam hợp Cự-Nhật. Là hạn thích hợp với tôn giáo. Không Kiếp Sát Kỵ thì càng đúng.		VÔ CHÍNH DIỆU
THIÊN DI THIÊN CƠ THIÊN LƯƠNG			BÀO LIÊM PHÁ
NÔ BỘC Đến hạn này thì bị yếu tố bạn bè, tính cách dễ thay đổi			MỆNH VÔ CHÍNH DIỆU
QUAN LỘC Có nhiều giao động, trong công việc và sự nghiệp. Nhất là bản thân phải chú ý sức khỏe	ĐIỀN Là vận khai sáng rất tốt, có thể tạo nên sự nghiệp. Biết vận dụng kinh tế chuyển biến tốt đẹp.	PHÚC ĐỨC Dễ có hiện tượng suy nghĩ về tâm linh tính ngưỡng, cần để ý khi đi ra ngoài.	PHỤ MẪU

308

THIÊN CƠ – CỰ MÔN

Phần 12

Vô Chính Diệu Toàn Thư – Tác giả Rosy Rain

Vô Chính Diệu Toàn Thư – Tác giả Rosy Rain

Tử Vi – Thiên Tướng

Chỉ đồng cung tại Thìn, Tuất, tạo thành cách "Tử Tướng đồng cung". Hai cung này mệnh danh là Thiên La Địa Võng, ám chỉ sự khó khăn, bị nhiều trói buộc, phải vượt qua mới thành công được.

Nếu hội cát tinh, chủ về người dũng cảm, kiên cường, có trí lớn, sự nghiệp thường phú nhiều hơn quý; nhưng nếu hội sát tinh thì dễ chỉ được hư danh. Tử Vi có nhiều năng lực kêu gọi, thu hút hơn người khác, trong khi Thiên Tướng có khuynh hướng phục vụ tha nhân, hành sự suy tính cẩn trọng. Tử Vi mang quý cách, Thiên Tướng thì hòa hợp với người.

Hai sao hợp lại biểu hiện thành cá tính bên ngoài thân thiết, ôn hòa, dễ được người kính mộ. Tuy nhiên, không hợp với những nghề như thầy giáo, thầy thuốc…

Tử Tướng tại Thìn, Tuất: trước trung niên thường nhiều vất vả, phải trải qua khốn khó mới thành sự nghiệp. Cuộc đời khó lưỡng toàn giữa tình cảm và công danh, vì bất cứ điều gì cũng có giá đánh đổi, tùy thuộc vào các sao đi cùng để luận nặng nhẹ. Do đối cung là Phá Quân, nên người Tử Tướng luôn phải chịu áp lực về tình cảm, hôn nhân và sự nghiệp, khó được vẹn toàn.

Vô Chính Diệu Toàn Thư – Tác giả Rosy Rain

Nếu lập mệnh tại Thìn, đồng thời hội Lộc Tồn từ cung Tý, thì được Song Lộc triều viên, phú quý.

Nữ mệnh: tướng mạo đẹp đẽ, có khí chất, nhưng vì Tham Lang trấn thủ cung Phu Thê, lại gặp sát tinh thì tất dễ phải tái giá. Trong thời buổi hiện tại, nữ mệnh Tử Tướng thường có tình cảm với người đã có gia đình, hoặc muộn lập hôn nhân.

Ưu điểm: chịu khó nghiên cứu học hỏi, phong thái tao nhã, nhiệt tâm phục vụ công ích, hành động cẩn trọng, có khả năng hòa giải, biết tiến thủ tùy lúc.

Khuyết điểm: tâm tính bất chợt, ý muốn vượt quá khả năng; trọng hư danh hơn thực chất; cá tính bướng bỉnh, dễ hành động sai lầm rồi hối hận; khả năng phán đoán thị phi không mấy xuất sắc; hay vì lợi nhỏ mà mất lợi lớn.

THIÊN LƯƠNG	THẤT SÁT		LIÊM TRINH
MỆNH **TỬ -TƯỚNG** CỰ - CƠ			PHÁ QUÂN
THAM LANG	THÁI DƯƠNG THÁI ÂM	VŨ KHÚC THIÊN PHỦ	THIÊN ĐỒNG

Tình yêu lệch tuổi của Tử – Tướng

Đại cương:

Tử Vi – Thiên Tướng tại Thìn, Tuất biểu hiện đoan trang (nữ), vững vàng (nam). Hai sao chú trọng hình thức và học thức, coi trọng tài năng hơn tuổi tác.

Khuynh hướng:

Thường kết hôn lệch tuổi. Nam mệnh hay chọn bạn đời nhỏ tuổi; nữ mệnh lập gia đình muộn hoặc gắn bó với người lớn tuổi, từng trải.

Nguyên nhân:

Xuất phát từ quan niệm "trai tài – gái sắc", cùng tính đào hoa của Thiên Tướng. Ý thức chủ quan mạnh khiến họ ít bị ràng buộc bởi chuẩn mực xã hội.

Kết luận:

Tình duyên lệch tuổi là đặc trưng của Tử – Tướng, phản ánh sự đề cao tài – sắc – phong thái hơn là khoảng cách tuổi tác.

Vô Chính Diệu Toàn Thư – Tác giả Rosy Rain

Cự Môn

Cự Môn chủ ngôn ngữ, thị phi, là Bắc Đẩu tinh, thuộc Âm Thủy. Chẳng những thuộc Thủy (giao tiếp), mà còn hợp với các nghề giao tiếp, giáo dục, luật pháp, thương mại, tiếp thị, dễ phát triển sự nghiệp.

Trong điền trạch (cung nhà) và nhân mệnh, Cự Môn tượng trưng cửa chính và cái miệng, hung cát thường xuất phát từ đây.

Cát: người Cự Môn giao tiếp và ngoại giao tốt, thuận lợi trong công việc, sau tuổi 30 thường thăng tiến rõ rệt.

Hung: người thủ mệnh Cự Môn cần tự xét lại bản thân, xem nguyên nhân thất bại dù lớn hay nhỏ. Có câu:

"Bệnh tùng khẩu nhập, họa tùng khẩu xuất"
(Bệnh từ miệng mà vào, họa từ miệng mà ra).

Vị trí đặc biệt: Cự Môn cư Hợi, Thiên Đồng cư Mão hoặc Dậu biểu hiện tâm lý bất an, giao tiếp kém thuận lợi, nhiều thị phi; chỉ lợi cho rèn đức, tu thân.

Cự Môn là Quý Thủy, chủ về u ám. Hãy tưởng tượng một hồ bình lặng nhưng nước không trong suốt, nhìn không thấy đáy. Vì thuộc tính Thủy chủ trí, trí tuệ của Cự Môn khá tốt; khi đối mặt sự vật, có thể giữ bình tâm, tịnh khí, nhờ đó sở trường phân tích và phê bình các sự tình.

Do chủ về "ám", Cự Môn thường thấy được điều mà người khác không thấy, nhận diện mặt trái của sự việc, cho ra cái nhìn độc đáo. Người Cự Môn thường suy nghĩ từ góc độ phản diện, có thể đưa ra quan điểm hoặc học thuyết lạ.

Nếu không gặp sát tinh, đặc biệt với Hóa Lộc, Hóa Quyền, Cự Môn giỏi biểu đạt; trao đổi trò chuyện mang lại hiệu quả đặc biệt. Ngược lại, nếu gặp Hóa Kị, kết quả thường trái mong đợi, dễ làm tổn thương người khác.

Vì là sao tính Thủy, người Cự Môn giàu cảm xúc. Khi gặp chuyện tình cảm, dễ mất sáng suốt, không bình tâm như bình thường, kém khéo léo trong biểu đạt, dẫn đến hiểu lầm và thị phi.

Thiên Cơ thủ mệnh – Mẫu người linh động

Sao Thiên Cơ là một trong Nam Đẩu tinh, thuộc Âm, hóa khí là thiện tinh. Biểu trưng trí tuệ, khả năng tính toán và tổ chức; tượng trưng cho xương khớp, phần trán và mày mắt, đồng thời được coi là "nhân duyên của trời".

Tính chất cơ bản: Thiên Cơ chủ linh đông – không phải biến động thất thường, mà là khả năng thích ứng, giao thiệp và tư duy linh hoạt trong công việc cũng như trong đời sống tinh thần. Cổ nhân xưa ít đánh giá cao Thiên Cơ; chỉ khi hội hợp với Thiên Lương, thêm các sao hỗ trợ như Tả Phụ, Hữu Bật, Văn Xương, Văn Khúc, mới đạt cách cục "Văn vi thanh hiển, vũ vi trung lương" – vừa uyên thâm vừa trung hậu.

Đặc điểm chủ yếu:

- Thiên Cơ có xu hướng "thoái tổ tự hưng", tự khôi phục sự nghiệp khi gặp khó khăn, thường tha hương phiêu bạt.

- Ở nữ mệnh, cổ nhân cảnh báo: dù phú quý cũng khó tránh dâm dật nếu gặp sát tinh, nhưng ngày nay quan niệm này cần được nhìn nhận linh hoạt theo bối cảnh xã hội hiện đại.

316

Đánh giá hiện đại: Thiên Cơ tượng trưng cho khả năng ứng biến và linh hoạt, thích hợp với môi trường cần cải cách, giải quyết vấn đề bằng trí tuệ và năng lực tổ chức. Thay vì đánh giá tiêu cực như cổ nhân, ngày nay Thiên Cơ thủ mệnh thể hiện tính năng động, khả năng thích nghi với công nghệ và xã hội hiện đại.

Cách cục điển hình – Cơ Nguyệt Đồng Lương:

Khi Thiên Cơ thủ mệnh ở Dần hoặc Thân, hội hợp với Thái Âm, Thiên Đồng, Thiên Lương, gọi là Cơ Nguyệt Đồng Lương. Cổ quyết cho rằng: *"Cơ Nguyệt Đồng Lương tác lại nhân"* – mệnh cục này phù hợp với vai trò đao bút, soạn kế sách công, tức chuyên trách văn thư hoặc hỗ trợ công tác hành chính. Dù địa vị không cao như quan đứng đầu, người Thiên Cơ vẫn được đánh giá cao nhờ tư duy linh hoạt, thích ứng nhanh và khả năng thực hiện nhiệm vụ hiệu quả.

Kết luận: Thiên Cơ thủ mệnh biểu thị mẫu người linh hoạt, nhạy bén, năng động và thích ứng tốt với xã hội hiện đại. Đây là phẩm chất quan trọng, đặc biệt trong môi trường cần trí tuệ, tổ chức và khả năng giải quyết vấn đề nhanh nhạy.

Sáu tình huống Thiên Cơ độc tọa mệnh

Khi Thiên Cơ độc tọa mệnh, cần xem kỹ cung vị đóng. Có sáu cung gồm: Tý, Ngọ, Sửu, Mùi, Tị, Hợi, có thể chia thành ba tổ hợp:

- Tý, Ngọ: Thiên Cơ nhập miếu, được "cung phụng", tinh sáng, cởi mở. Người mệnh này năng lực phân tích cao, linh động mạnh, thích hợp làm công trình sư, y sư, luật sư.

- Lưu ý: Cần xem xét tinh diệu đi kèm để xác định khuynh hướng nghề nghiệp: có thể thiên về luật, kỹ thuật, hoặc chỉ phù hợp công việc nhanh nhạy, hành chính.

Tóm lại, Thiên Cơ độc tọa mệnh biểu thị trí tuệ linh hoạt, nhưng chức nghiệp và năng lực thực tế phụ thuộc tinh diệu hội hợp.

Vô Chính Diệu Toàn Thư – Tác giả Rosy Rain

Thiên Cơ độc tọa mệnh – Tại Sửu, Mùi

Khi Thiên Cơ tọa Sửu hoặc Mùi, lực linh động và phân tích giảm. Để phát huy năng lực, cần hội Xương – Khúc; khi đó khả năng phân tích mạnh, có cơ hội thể hiện trong sự nghiệp.

Ngược lại, gặp Hóa Kị hoặc sát tinh, lực phân tích suy yếu, linh động khiếm khuyết, khó thành thượng cách. Một số trường hợp lưu ý:

- Thiên Đồng ở Tuất, người sinh năm Đinh phản chuyển thành tốt.

- Cự Môn ở Thìn, người tuổi Tân phản chuyển thành tốt.

- Nhật Nguyệt hãm và Hóa Kị là đại hung.

- Liêm Trinh hãm và Hóa Kị càng kỵ (người Can Bính).

- Nữ mệnh gặp những sao này hung, gian khổ, cuộc sống khó khăn.

Tóm lại, Sửu – Mùi là vị trí Thiên Cơ cần hội hợp tinh cát để phát huy năng lực; ngược lại, dễ gặp hạn và gian khổ.

Thiên Cơ độc tọa mệnh – Tại Tị, Hợi

Khi Thiên Cơ tọa Tị hoặc Hợi, lực linh động và phân tích trung bình, không bằng Thiên Cơ nhập miếu nhưng vẫn tốt hơn Thiên Cơ lạc hãm tại Sửu – Mùi.

Nếu đối cung gặp Thái Âm, lực linh động dễ bị tiêu hao vào quan hệ khác giới, trong khi lực phân tích chủ yếu dùng để nhận định tâm lý, chăm sóc người khác. Nếu không, khả năng phân tích chỉ còn trong mưu toan nhỏ nhặt, tính toán vụn vặt.

Cổ thư ghi: *"Thiên Cơ Tị Hợi cung mệnh phùng, hảo ẩm ly tông gian giảo trọng"* – mệnh có Thiên Cơ tại Tị – Hợi, tuy lập nghiệp xa quê, có đủ no ấm nhưng vẫn thiên về gian xảo, mưu lược tinh vi.

Cách cục này có thể biến hóa đa dạng tùy tinh diệu hội hợp, nhưng khi phân tích cần dựa trên bản chất cố hữu của mệnh.

Vô Chính Diệu Toàn Thư – Tác giả Rosy Rain

			THIÊN CƠ CỰ MÔN
THIÊN CƠ CỰ MÔN	**Mẫu người "Cự Cơ Mão Dậu"** → Hành Mộc → Hành Thủy		

Vô Chính Diệu Toàn Thư – Tác giả Rosy Rain

Sĩ: trí thức, thầy thuốc, quan lại, đỗ khoa cử.

Nông: chia làm ba loại:

- Trung nông: có đất và công cụ, tự sản xuất.

- Bần nông: đất ít, phải thuê mướn công cụ hoặc trâu bò.

- Cố nông: không đất, không công cụ, làm thuê kiếm sống.

Công: thủ công nghiệp, nghề truyền thống (dệt, làm nón, tranh…).

Thương: kinh doanh, buôn bán.

Binh: binh lính, quân đội.

Xã hội phong kiến xếp hạng thứ tự: Sĩ, Nông, Công, Thương, Binh.

Kinh doanh thương mại đứng thứ tư, nhưng thực tế, quan niệm phổ biến là: *"Vô thương bất phú"*. Trong khoa Tử Vi cũng có đề cập đến mẫu người thương trường, trong đó Cự Cơ Mão Dậu là một điển hình, sẽ được luận bàn sau đây.

Cự Môn hành Thủy: tính uyển chuyển theo hoàn cảnh, *"ở bầu thì tròn, ở ống thì dài"*. Nếu Cự Môn đi cùng võ tinh, sẽ hỗ trợ mạnh về võ nghiệp. Cự Môn đi với sao văn sẽ thành công trong lĩnh vực văn học, nghệ thuật; trong kinh doanh sẽ trở thành tay thương gia cự phách. Nếu đi với sao dâm tinh, tính cách dễ buông thả.

Người Cự Môn đắc thông minh, bản chất nhân hậu, vì Cự tượng trưng cho cái miệng, lời ăn tiếng nói. Đắc thì có tài hùng biện, khả năng thuyết phục; hãm thì thiếu suy nghĩ, dễ bị tai tiếng và thị phi. Họa thường từ lời nói mà ra nếu thiếu thận trọng.

Khi đứng ở Mão hoặc Dậu, Cự Môn miếu địa, ám tinh đi cùng Thiên Cơ Nam Đẩu tinh, hành Mộc, Thiên Cơ góp phần tạo bản chất doanh thương: khéo léo, sáng suốt, mưu trí, nhân từ và cởi mở. Cự Môn miếu hành Thủy sinh cho Thiên Cơ vượng hành Thổ, đặc biệt tại Mão – Dậu, thiên về năng khiếu kinh doanh, làm Cự Môn trở thành đồng hành đắc lực.

Võ Chính Diệu Toàn Thư – Tác giả Rosy Rain

- Người Cự Cơ Mão Dậu (CCMD) không nhất thiết chuyên một lĩnh vực, có thể hoạt động trong tiêu dùng, sản phẩm văn học – nghệ thuật…

- CCMD + Hổ, Tuế, Phù: năng khiếu về luật pháp, làm quan, luật sư, danh sư;

- CCMD + Xương, Khúc, Khôi, Việt, Khoa, Tấu: năng khiếu văn học, nghệ thuật, kinh doanh sách báo, báo chí, phim;

- CCMD + Tả, Hữu, Lộc, Hình, Y Quang, Quý: kinh doanh y dược, từ phòng mạch nhỏ đến bệnh viện, bào chế dược phẩm.

Nếu mệnh ở Dậu, kinh doanh có thể giàu có, nhưng thọ giảm. Một số quan niệm cho rằng Cự Cơ gặp Hao không nên đồng cung Hóa Lộc vì hao là tiêu tốn, tiền ra vào dễ dàng.

Nữ mệnh CCMD: có khả năng buôn bán, trên thương trường không thua nam giới. Tuy nhiên, do Thiên Cơ không kiềm chế Cự Môn, lời ăn tiếng nói dễ khắc khẩu, vợ chồng xa gần dễ xung đột.

Nữ CCMD có tham vọng và khuynh hướng tình cảm mạnh, phân thành hai mẫu:

1. Che dấu hoặc dồn nén khuynh hướng tình dục, biến thành tham vọng trong kinh doanh – *"tình dục thăng hoa thành tài năng"*;

2. Cuộc sống buông thả, phóng túng, trên thương trường và trong các trò chơi, sẵn sàng chi tiền lớn để đạt mục đích.

Khoa Tử Vi chứng nghiệm, lá số của các vị chân tu thường có bóng dáng Đào Hồng hoặc các dâm tinh khác. Điều này không nghịch lý; kẻ chân tu cũng đầy đủ thất tình lục dục. Khác biệt là họ biết đẩy thất tình lục dục vào chữ "Không", biến thành năng lực, từ đó quán triệt chữ "Đạo" và thấu hiểu chữ "Ngộ".

AN LỘC TỒN THEO HÀNH CAN CỦA NĂM SINH

Can Giáp	Can Ất	Can Bính	Can Đinh	Can Mậu	Can Kỷ	Can Canh	Can Tân	Can Nhâm	Can Quý
Dần	Mão	Tỵ	Ngọ	Tỵ	Ngọ	Thân	Dậu	Hợi	Tý

Ví dụ:

- Sinh năm Tân Dậu, Lộc Tồn ở Dậu.

- Sinh năm Kỷ Mùi, Lộc Tồn ở Ngọ.

Sau khi an Lộc Tồn, thứ tự bố trí theo giới tính và chiều thuận – nghịch như sau:

- Dương nam, âm nữ: an theo chiều thuận.

- Âm nam, dương nữ: an theo chiều nghịch.

Lần lượt, mỗi cung sẽ được đặt một sao theo thứ tự tình từ đã quy định.

- Lộc Tồn đồng cung với Bác Sĩ, Lực Sĩ, Thanh Long, Tiểu Hao, Tướng Quân, Tấu Thư, Phi Liêm, Thiên Hỷ, Bệnh Phù, Đại Hao, Phục Binh, Quan Phù.

327

Vô Chính Diệu Toàn Thư – Tác giả Rosy Rain

Song Hao và Lộc Tồn

Cặp Song Hao luôn ở thế thẳng góc với Lộc Tồn, thể hiện tính chất trái ngược trong Âm Dương. Trong đó, một sao Hao luôn tam hợp với Kình, sao kia tam hợp với Đà. Nếu coi Song Hao là hao tán, thì Lộc Tồn là thu vào; Hao có tính phóng túng, không thích bị gò bó, thì Lộc Tồn lại giữ nguyên tắc, bảo thủ và cẩn trọng, hàm chứa tính chất như Hóa Kỵ.

Trên là ý nghĩa xấu; trong hoàn cảnh tốt, tức đúng cung vị và cách cục, Song Hao lại biểu thị sự thông minh, biết ứng biến, nhanh trí, rộng rãi, cởi mở, trọng nghĩa khinh tài, không câu nệ tiểu tiết — những phẩm chất rất cần thiết, đặc biệt trong thương trường.

Song Hao tượng trưng cho năng lực kêu gọi, hô hào, khai thác kinh doanh, thích hợp với người có óc kinh doanh, cần vốn liếng để mở rộng hoạt động.

Lộc Tồn tượng trưng cho ngân quỹ, kho tàng, nơi trực tiếp thu chi và đầu tư, giữ vai trò ổn định, cẩn trọng.

Song Hao không đáng sợ; cũng như Kình – Đà trong tam hợp, chỉ là tài tinh trong vòng Lộc Tồn, cần nghiên cứu và khai thác tác dụng của chúng trong mệnh lý.

SONG HAO và LỘC TỒN

THIÊN LƯƠNG	THẤT SÁT PHI LIÊM	**QUAN LỘC**	LIÊM TRINH
TỬ VI THIÊN TƯỚNG **MỆNH** THIÊN CƠ CỰ MÔN **ĐẠI HAO**			**THIÊN DI** **TIỂU HAO** PHÁ QUÂN
THAM LANG	PHU THÊ THÁI ÂM THÁI DƯƠNG KÌNH DƯƠNG	TỬ TỨC VŨ KHÚC THIÊN PHỦ **LỘC TỒN**	**TÀI BẠCH** THIÊN ĐỒNG ĐÀ LA

Vô Chính Diệu Toàn Thư – Tác giả Rosy Rain

Vũ Khúc hội Thiên Phủ (Cách Vũ Khúc – Thiên Phủ "Đôi Kim Tích Ngọc")

Cách này thể hiện sự thịnh vượng trong kinh doanh, buôn bán. Khi Song Lộc đồng cung, khả năng phát đạt càng mạnh; nếu không có Song Lộc, cần Song Hao ở Mão – Dậu để tiền bạc được lưu thông và sinh lời, vì Vũ Khúc – Thiên Phủ tượng trưng cho kho tàng, nếu đơn độc chỉ giữ tiền trong ngân hàng hoặc két.

Cách này hợp với người mạng Thổ hoặc Kim, vì Vũ Khúc thuộc Kim, Thiên Phủ thuộc Thổ. Tuy nhiên, phương diện tinh thần có thể chịu thiệt thòi: hay cô đơn, khó lập gia đình, đặc biệt nếu có thêm Cô Quả, Kiếp Sát, Thiên Hình.

Trong trường hợp Song Hao Mão – Dậu đi cùng cung Thiên Cơ, Cự Môn, đây là cách cực kỳ lợi cho thương trường và quan chức: "Cự Cơ chính hướng hạnh ngộ Song Hao, uy quyền quán thế". Nếu Cự Cơ thủ Mệnh tại Mão – Dậu hội Song Hao, đây là cách phú quý, thành công trong kinh doanh và quản lý.

Mệnh Vô Chính – Thiên Cơ Cự Môn đối cung: Về tài bạch và sự nghiệp, do Thiên Lương "Ấm Tinh" che chở, cung Tài Bạch thường ít lo về cơm áo gạo tiền, dễ được thừa kế hoặc hỗ trợ từ trưởng bối (bố mẹ, ông bà). Đây là cách có của bất ngờ. Người này nếu làm việc trong cơ cấu nhà nước nên tránh dựa vào quan hệ hay hối lộ; nên kiếm tiền dựa vào tiếng tăm và chuyên môn. Cần giữ bình tâm tịnh khí, không thiên kiến khi đánh giá sự việc. Nhóm người này giỏi quản lý tài chính, thích hợp với công việc như cố vấn đầu tư, quản lý tài sản, khai phá đất đai, môi giới chứng khoán, tư pháp, y liệu, tôn giáo, nghệ thuật – văn hóa, du lịch, giáo dục. Người Mệnh Vô Chính Thiên Cơ Cự Môn không nên kinh doanh buôn bán, khác với Cự Cơ thủ mệnh tại Mệnh.

Tài Thiên Lương	Tử Thất Sát	Phu Thê	Bào Liêm Trinh
Tật Tử - Tướng	Vô chính diệu Thiên cơ Cự Môn đối cung		Mệnh Vô chính diệu
Di Cự- Cơ			Phụ Phá Quân
Nô Tham lang	Quan Âm Dương	Điền Vũ – Phủ	Phúc Thiên Đồng

Nghề nghiệp thích hợp

Thái Dương, Thái Âm tại cung Sự Nghiệp nếu có sao cát chiếu hay hội hợp có thể mang lại phú quý, thích hợp cho thương nghiệp. Gặp sát tinh thì sự nghiệp hay thay đổi. Người này phù hợp làm tham mưu, cố vấn, công tác quan hệ công chúng, giới giải trí, quảng bá hoặc phục vụ xã hội.

Bất động sản

Cung Điền Trạch với Vũ Khúc – Thiên Phủ chủ về nhà cửa, đất đai của gia đình hoặc có thể tự mua thêm. Tuy nhiên, cung Tài có Thiên Lương, mặc dù có tiền, nhưng hao tán khá nhiều. Nếu gặp Hóa Kị hoặc hung sát tinh, dễ gây thị phi, tranh chấp; gặp Không Kiếp, Hình Hao, Linh Hỏa thì tiền của phá tán, kiện tụng tốn kém.

Tổng quan Mệnh Vô Chính Diệu đối cung Cự – Cơ

Người mang Mệnh Vô Chính Diệu đối cung Cự – Cơ thường có cuộc đời phiêu bạt, trôi nổi, yêu thích âm nhạc, có lúc hành sự tự do, theo ý mình. Họ thích hợp với công việc kinh doanh, thương mại, du lịch, quảng bá hoặc bán hàng xa quê. Nếu gặp sao Kị, việc kinh doanh có thể gặp thất bại hoặc chịu áp lực khi làm việc nơi xa. Lúc nhỏ, nên được người khác chăm sóc để thuận lợi hơn.

Hai cặp sao đối cung chính ảnh hưởng:

- Cơ – Lương: quyến luyến quê hương.

- Cự – Cơ: không quá bám cố thổ, có tính đa nghi, hơi vị kỷ; cuộc đời trôi nổi, linh hoạt.

Mệnh cách này có hai cung hạn cần lưu ý:

- Hạn đến cung Tử Tướng hoặc cung Tật Ách: cần thận trọng, dễ hành động sai hoặc tiến thoái lưỡng nan.

- Hạn đến Thiên Cơ – Cự Môn hoặc cung Vô Chính Diệu đối cung Thiên Cơ – Cự Môn (Mão, Dậu): nhiều biến động trong vấn đề gia đạo, đặc biệt với nữ mệnh.

Sắc thái đặc biệt của tổ hợp Mệnh Vô Chính – Cự Cơ

Tổ hợp này biểu hiện tính cách nhanh nhẹn, miệng lưỡi lanh lẹ, phản ứng nhạy bén, nhưng đôi khi làm việc uể oải. Do Âm Dương trong cung Quan, người mang cách cục này có lúc nóng nảy, lúc lạnh lùng, dễ vướng thị phi. Nữ mệnh thường gặp trở ngại trong hôn nhân, có tính thích "đùa với lửa", dễ sa chân lỡ bước; tình cảm thiên về dạt dào nhưng đôi lúc lại lạnh nhạt.

Về sự nghiệp, người này thường không theo nghề nghiệp tổ nghiệp của gia đình, phải trải qua gian khổ mới thành công. Miệng lưỡi là công cụ kiếm tiền chủ yếu, vì vậy phù hợp với ngành quảng bá, quảng cáo. Cung Di có Thiên Cơ mang đến nhiều cơ duyên bất ngờ, nhưng cần tính quả quyết để nắm bắt cơ hội.

Về tật ách, dễ mắc các bệnh về dị ứng da, tiểu đường, sỏi thận; tránh thêm Không Kiếp, điềm tượng ung thư. Phúc phần nên chú ý đến phúc ấm gia trạch và bản thân. Cuộc đời cần trải qua vài lần "chết hụt" mới tăng thọ – đây là cách hóa giải.

Khuyên: phát huy tài ăn nói, làm việc mạnh mẽ và lạc quan, sẽ càng có lợi về sau.

Tổng quát về Tình Cảm – Hôn Nhân (Mệnh và Phu Thê Vô Chính Diệu)

Trước khi luận Phu Thê, cần xem xét cung Mệnh – bản gốc của vận mệnh hôn nhân, sau đó so sánh tam hợp của Mệnh và Phu Thê.

- Tam hợp Mệnh: Âm, Dương, Lương

- Tam hợp Phu Thê: Cơ, Cự, Đồng

- Cả hai cung đều thuộc Vô Chính Diệu, Phúc có Thiên Đồng, Thiên Di, Thiên Cơ, Cự Môn.

Cung Vô Chính Diệu tiềm ẩn nhiều sóng gió, biến động, khó dự đoán. Số lượng sao trong cung Phu Thê càng nhiều càng báo hiệu nhiều biến động; lý tưởng là càng ít càng tốt. Kình, Đà, Linh, Hỏa, Xương Khúc xuất hiện trong cung này cảnh báo hôn nhân khó ổn định, đặc biệt với người nữ.

Người có Mệnh này thường đi xa dễ gặp nhân duyên khác thường. Cuộc đời tình cảm có nhiều biến động (ảnh hưởng bởi Nô, Tham Lang). Người phối ngẫu thường có tính cách tự do, khó bị quản thúc và có năng khiếu nghệ thuật. Với nữ mệnh, bản thân cũng khó đoán định tính cách của đối phương, đôi khi dễ bị cám dỗ tình cảm. Tính sĩ diện cao, quan tâm đến quý hơn phú, nhưng khi gặp chuyện vẫn giữ năng lực lãnh đạo và bụng dạ bao dung.

Âm Dương đối cung Phu Thê cho thấy người phối ngẫu coi trọng công danh, nhiệt tâm tham gia các công tác công ích và giỏi về bất động sản – điều này cũng trở thành bước đệm cho tài sản và kinh tế của người chủ Mệnh.

Vô Chính Diệu Toàn Thư – Tác giả Rosy Rain

Cung Phu Thê Vô Chính Diệu – Cung Phúc có Thiên Đồng

Cung Phu Thê thuộc Vô Chính Diệu thường báo hiệu khó có một tình yêu vĩnh cửu; nhiều trường hợp chỉ là mối tình ngắn hạn hoặc mối quan hệ "không chính thức". Danh phận vợ chồng đôi khi chỉ mang tính hình thức, không có thủ tục pháp lý rõ ràng.

Khi Thiên Đồng tọa cung Phúc, người này có lòng cảm thông sâu sắc. Dù lời nói đôi khi cay nghiệt, bản chất vẫn mềm mại, thiện lương. Điểm yếu là thiếu quyết đoán; hành động hay suy nghĩ không dứt khoát, dễ tạo hiểu lầm về tình cảm. Thường từ sự cảm thông với hoàn cảnh của người khác mà chuyển thành tình yêu, dẫn đến những hiểu nhầm hoặc đánh giá sai từ đối phương.

Vô Chính Diệu Toàn Thư – Tác giả Rosy Rain

Thiên Cơ, Cự Môn thủ Mệnh – Lời Khuyên

Người mệnh Thiên Cơ thủ mệnh thường nhạy bén, giỏi mưu lược, có nhiều ý tưởng độc đáo, và khả năng thâm nhập vào bản chất sự vật vượt trội hơn người bình thường. Họ có năng lực phân tích, phán đoán tinh tế, lời nói sâu sắc và sức thuyết phục cao.

Nam mệnh Thiên Cơ đôi khi bị hiểu nhầm là có tính cách mềm yếu; nữ mệnh Thiên Cơ thường bị cho là giỏi biện luận, hay thay đổi, có phần thần kinh chất. Nữ mệnh Cự Cơ thường ít cười, ít chào hỏi, khiến người khác tưởng khó tính. Thực tế, họ là người lập kế hoạch chu đáo, suy nghĩ sâu sắc, nhưng phương thức biểu đạt chưa khéo khiến người khác hiểu lầm, cho là đa nghi, khó tin tưởng, hay tính toán, dễ nóng giận.

Khuyên: Người Thiên Cơ – Cự Môn nên tập mỉm cười và thể hiện thái độ thân thiện, vừa tạo ấn tượng tốt, vừa giảm nguy cơ bị hiểu lầm. Trước khi nói hoặc bắt đầu câu chuyện, hãy nở nụ cười tự nhiên.

QUAN LỘC THIÊN LƯƠNG	NÔ BỘC THẤT SÁT	THIÊN DI	TẬT ÁCH LIÊM TRINH
ĐIỀN THIÊN TƯỚNG	**MỆNH THÁI DƯƠNG – THÁI ÂM ĐỒNG CUNG**		TÀI BẠCH
PHÚC THIÊN CƠ CỰ MÔN			TỬ TỨC PHÁ QUÂN
PHỤ MẪU THAM LANG	**MỆNH** THÁI ÂM THÁI DƯƠNG	BÀO VŨ KHÚC THIÊN PHỦ	PHU THÊ THIÊN ĐỒNG

Phần 13

1. Vị trí sao Thái Dương trên thiên bàn

2. Luận bàn Âm Dương tại Sửu – Mùi

3. Âm Dương đóng cung Mệnh tốt hơn hay cung Thân tốt hơn?

4. Âm Dương đi cùng Kình, Đà, Linh, Hỏa, Không, Kiếp

5. Tình cảm và hạn hành liên quan gia đạo

6. Cung Phu Thê – Thiên Đồng, Cự môn tại Tị – Hợi

7. Thật cách Âm Dương Sửu – Mùi gặp Tuần, Triệt, Hóa Kị có tốt không?

8. Mệnh Âm Dương – người Can Mậu

9. Mệnh Âm Dương – người Can Canh

Vô Chính Diệu Toàn Thư – Tác giả Rosy Rain

Vô Chính Diệu Toàn Thư – Tác giả Rosy Rain

Vị Trí Sao Thái Âm

TỴ	NGỌ	MÙI	THÂN
THIÊN THẺ Bệnh ở mắt, nữ chồng hay đi xa, có Tam Hóa thì phúc lớn	**THIÊN Y (HÀN NGUYỆT)** Giàu tình cảm nhiều ảo tưởng. Người đa tình. Tình cảm trắc trở. Hôn nhân lần đầu thường bị đả kích.	**THIÊN KHUÊ** Chợt âm chợt dương lúc nóng lúc lạnh. Tính hào sảng, bất lợi cho Mẹ	**THIÊN HOÀNG** Phúc dầy, lộc trọng người giỏi ứng biến. Thủ đoạn, ảo tưởng. Có hùng tâm, sự nghiệp có thể phát triển lớn.

THÌN			DẬU
THIÊN THƯỜNG Mắt sáng nếu có sao thuộc Kim như Khoa, Quyền Lộc hội chiếu " âm tinh nhập thổ cách" nắm được quyền bính.			**THIÊN TƯỜNG** Không gặp sát tinh thì có thể phú quý. Nhưng bất lợi về hôn nhân.

MÃO			TUẤT
PHẢN BỐI Chủ về đại phú nhưng cần gặp Tam hóa.			**THIÊN TRỢ** "Nguyệt chiếu hàn đàm" Trăng chiếu đầm nước lạnh. Người Thông minh cơ trí lại giàu cảm tình gần như mềm yếu. Phú quý.

DẦN	SỬU	TÝ	HỢI
THIÊN MUỘI Mặt trời mới mọc. Thái âm mắt sáng. Chủ về tinh thần. Tính hay do dự	**THIÊN KHÓ** Tính hào sảng. Chợt âm chợt dương. Lúc tích cực lúc tiêu cực. Được quan lộc.	**THIÊN CƠ** Sắc sảo, người giỏi mưu lực.	**THIÊN TRIỀU** "Nguyệt lăng thiên môn" Mưu lực, giỏi kế hoạch nếu gặp hóa kỵ thì sau sóng gió sẽ có thành công

342

Vị Trí Sao Thái Dương

Tý	Ngọ	Mùi	Thân
THĂNG ĐIỆN Tuổi trẻ đắc chí, hưởng phúc ấm của cha mẹ, không nên cao ngạo khi thành thành danh.	**NHẬT LỆ TRUNG THIÊN** Sức bao dung và nhẫn nhịn không như ở cung Tý. Những tao ngộ trong đời tạo thành lực kích phát, tính khai sáng có sức mạnh lớn. Có bệnh ở mắt, về già huyết áp tim mạch. Nữ cá tính giống đàn ông.	**NHẬT NGUYỆT ĐỒNG LÂM – HỚT NGUYỆT HỚT NHẬT** Phóng khoáng, có Hóa Kỵ hay lo nghĩ. Có Tam Hóa tính tình cởi mở. Làm giáo dục có tính phục vụ. Xương Khúc tăng năng lực lãnh đạo. Thái dương chủ quý nên lợi danh hơn lợi tài. Hạn gặp Âm Dương dễ xử sự thiếu tính toán, không nên đòi hỏi quá lý tưởng.	**THIÊN TÂY** Mặt trời lặn phương tây cần nỗ lực để duy trì thành quả. Hơi thiếu nghị lực, dễ vì người hòa theo, tình cảm cũng khá chân thật. Nghề nghiệp quan hệ công cộng, quảng bá, bán hàng, giáo dục. Trở ngại tình duyên. Kết hôn muộn tốt hơn.

Thìn			Dậu
NHẬT DU LONG MÔN Thông minh chính trực, người từng trải. Xử lí nhanh, tháo vác. Gặp sát và cát tinh nên làm giám sát, quảng bá, giáo dục, công tác văn hóa.			**LẠC NHẬT** Hoàng hôn gần kề, trung niên sáng lập sự nghiệp có thanh danh. Cần chú ý tích lũy, sau trung niên nên nghiên cứu triết lí để kí thác thân tâm.

Mão			Tuất
NHẬT CHIẾU LÔI MÔN Trải qua gian nan sau mới thành tựu. Người đa tài đa nghệ. Nên làm nghề phục vụ công chúng.			**NHẬT NGUYỆT PHẢN BÓI** Không duyên Cha Mẹ, rời xa quê, vất vả công danh nhưng nếu có Tam Hóa tay trắng lập nghiệp. Nên có nghề chuyên môn, tu dưỡng bản thân. Kết hôn muộn.

Dần	Sửu	Tý	Hợi
CỰ NHẬT Mặc trời mọc phương đông. Xử sự vững vàng, có lí tưởng, sống nỗ lực. Nghề nghiệp pháp luật, chính trị, nghiên cứu học thuật, sự nghiệp chậm phát, hậu vận khá yên.	**NHẬT NGUYỆT ĐỒNG LÂM** Thái dương hãm ở Sửu Thái âm hãm ở Mùi Lúc âm lúc dương, rất mâu thuẫn. ở Sửu Thái dương mất sáng, hào quan của Thái âm không chiếu sáng Thái dương được. Ở Mùi Thái âm mất sáng lại có thể nhờ Thái dương chiếu ứng. Mệnh cách trôi nổi.	**NHẬT TRÀM THỦY ĐỂ** Khoan dung, nhẫn nhịn tốt. Nữ nội tâm nhiều đau khổ. Ít khi nói ra muộn phiền, lúc bé bất lợi cho cha, hoặc lúc bé ít được cha mẹ che chở. Có Tam Hóa tăng thu nhập và được danh dự. Có Hóa Kỵ cẩn thận bệnh ở mắt	**THẤT HUY** Lúc nhỏ bất lợi cho cha, nên làm con nuôi, bệnh ở mắt. Tư tưởng đặc biệt, hơi khó hiểu, phấn đấu sẽ có thành tựu

Vô Chính Diệu Toàn Thư – Tác giả Rosy Rain

Vị Trí Âm Dương Trên Thiên Bàn

- Thái Dương hãm ở Sửu.

- Thái Âm hãm ở Mùi.

- Người Âm Dương Sửu – Mùi tính chất chợt âm, chợt dương; lúc âm lúc dương, lúc nóng lúc lạnh.

- Nhóm người này mâu thuẫn nên cung rất khó đoán tâm ý.

- Ở Sửu: lúc tích cực, lúc tiêu cực; tuy trôi nổi nhưng vẫn được về quan lộc; thường không có duyên với cha, tùy sát tinh để luận bàn.

- Ở Mùi: tính phóng khoáng, hào sảng nhưng bất lợi cho mẹ.

- Cả hai thuộc mẫu người có tính phục vụ.

- Hạn vào Âm Dương dễ xử sự thiếu tính toán.

- Khi Âm Dương chiếu vào cung Vô Chính Diệu, lợi cho công danh phút cuối.

- Hạn Âm Dương là hạn đào hoa, nhưng không nên đặt quá nhiều lý tưởng.

344

Âm-Dương Sửu Mùi Luận Bàn

Cách cục này hành vận biến hóa chủ yếu do mệnh gốc tác động, tức bản tính cá nhân ảnh hưởng đến từng đại vận.

Thái Âm và Thái Dương đồng cung tại Sửu là cách cục đặc trưng cho giao tiếp xã hội.

Âm-Dương cư Sửu phối hợp với Thái Dương, tạo lợi cho công khai, khởi tạo; Thái Dương bộc trực, dương tính, trong Sửu cung thuộc độ ổn trọng, bình hòa.

Trong tam hợp Âm-Dương-Lương, với Tinh hệ Tử-Tướng đồng độ và bố cục Tử-Phủ-Vũ-Tướng-Liêm hoàn chỉnh, người có cách này lý tưởng hình thành rõ ràng, có mục tiêu định hướng cuộc đời. Tất cả các cung độ trong 12 cung trên thiên bàn đều tác động tới tư tưởng, luôn biến động.

Thiên Lương đóng cung Quan chiếu Thiên Đồng, có phần bất lợi cho nhóm Âm-Dương-Lương; hóa sát thành tựu không mạnh như Cơ-Cự-Đồng.

Thiên Lương chủ lương tâm, bản thể, bộc trực, ưa bày tỏ ra bên ngoài, có thể bất hiển công danh. Âm-Dương-Lương được Quyền-Kỵ là khá tốt (ví dụ Can Ất, Cơ-Lương, Tử-Âm). Bố cục Âm-Dương-Lương khó dụng Quan cách do Thiên Lương đóng cung Hỏa bộc trực, nhưng vẫn có khả năng tài vượng nếu

Vô Chính Diệu Toàn Thư – Tác giả Rosy Rain

được cát hóa. Mở rộng quan hệ xã hội sẽ đắc Tài cách, chủ về giao tiếp, quan hệ.

Cần lưu ý: Âm-Dương đồng độ dễ sa đà hưởng thụ, chỉ nghĩ đến an nhàn, dẫn tới cách cục suy. Người có cách này nên chú trọng tập luyện, phòng bệnh tật về sau.

Vô Chính Diệu Toàn Thư – Tác giả Rosy Rain

QUAN LỘC THIÊN LƯƠNG	NÔ BỘC THẤT SÁT	THIÊN DI	TẬT ÁCH LIÊM TRINH
ĐIỀN TRẠCH THIÊN TƯỚNG			TÀI BẠCH
PHÚC ĐỨC THIÊN CƠ CỰ MÔN			TỬ TỨC PHÁ QUÂN
PHỤ MẪU THAM LANG	**MỆNH** THÁI ÂM THÁI DƯƠNG	BÀO VŨ KHÚC THIÊN PHỦ	PHU THÊ THIÊN ĐỒNG

Vô Chính Diệu Toàn Thư – Tác giả Rosy Rain

Âm-Dương tại Mệnh hay tại cung An Thân tốt hơn?

Âm-Dương đóng cung An Thân tốt hơn tại Mệnh, vì An Thân biểu thị thân phận, thân thế và phần dụng của tư tưởng.

Ví dụ: người mệnh Cự Môn ưa cự cải, nếu Âm-Dương hướng tới An Thân (thân phận luật sư) thì việc cự cãi không chỉ là bản tính mà trở thành hành động có chủ đích.

Âm-Dương-Lương mang ý nghĩa tinh thần; nếu giao hội với Xương Khúc, Khôi Việt, sự nghiệp sẽ tươi sáng:

- Xương Khúc: ổn định, chuyên sâu, công việc thành đam mê.

- Khôi Việt: tăng tính quan trọng cho cách cục, giúp nghiêm túc, có trách nhiệm và đạt thành công.

Âm-Dương-Lương không nên gặp Kình, Đà, Không Kiếp, vì dễ gây biến động lớn về tình cảm và sức khỏe.

Người có cách cục này cần nỗ lực lâu dài, tránh thay đổi định hướng do Âm-Dương đi cùng sát tinh.
Điều quan trọng là định hướng tích lũy kiến thức và kinh nghiệm trong một lĩnh vực, giữ nội tâm ổn định, kiên trì và lạc quan khi gặp khó khăn – đây là mấu chốt của cách cục.

348

Tình cảm – Hạn lưu ý gia đạo

Âm-Dương Sửu Mùi:

- Nam: về tình cảm thường ổn định, ít trắc trở.

- Nữ: không thuận lợi cho chuyện tình cảm; nếu tổ hợp sao xấu hoặc có sát tinh xâm phạm, dễ lưu lạc, bôn ba tình cảm, khó an ổn.

Khi năm hạn đi qua cung có Vũ Khúc, Thiên Phủ, Phá Quân, cần lưu ý gia đạo.

Tránh nóng vội, vì cung Phúc có Cự Cơ chủ tính nóng nảy, nhiều suy nghĩ, dễ dẫn đến vất vả trong gia đình.

Vô Chính Diệu Toàn Thư – Tác giả Rosy Rain

Cung Phu Thê có Thiên Đồng tại Tị, Hợi

1. Cung Tị: Đương số thường có nhiều đào hoa; nữ phái thường xinh đẹp, duyên dáng, da trắng hồng.

2. Cung Hợi: Người phối ngẫu đầy đặn, khuôn mặt hơi gãy; sau trung niên thường phát tướng. Thiên Đồng tại Tị hoặc Hợi, gặp sát tinh, dễ khó duy trì mối tình lâu dài do Âm Dương đồng cung tại Mệnh.

3. Nữ mệnh: Thiên Đồng tại Phu Thê Tị hoặc Hợi thường lận đận tình cảm. Nếu có Lộc Tồn đồng cung kẹp Kình Đà, tam hợp Đào Hồng, Thiên Riêu, người phối ngẫu ít ở nhà.

PHU THÊ THIÊN ĐỒNG		MỆNH ÂM-DƯƠNG	
	MỆNH ÂM-DƯƠNG		PHU THÊ THIÊN ĐỒNG

Vô Chính Diệu Toàn Thư – Tác giả Rosy Rain

Âm-Dương đồng cung Sửu, Mùi gặp Tuần, Triệt hoặc Hóa Kị được gọi là 'Phản vi kỳ cách' ?

Âm – Dương đồng cung tại Sửu – Mùi vốn không phải nhờ Tuần, Triệt hay Hóa Kị mà tạo nên thế "thành cách" hay. Bí quyết thực sự nằm ở Can của năm sinh và Lộc Tồn, kết hợp Tứ Hóa và thế đứng trong tam hợp, hội tụ đầy đủ, nên được gọi là "phản vi kỳ cách". Người sở hữu cách này, theo dòng thời gian, sẽ dần khẳng định năng lực và gặt hái thành công trong sự nghiệp; "bất hiển công danh" không còn là nỗi lo.

Quý độc giả có thể quan sát các hình minh họa dưới đây để thấu đáo lý do cổ nhân nói rằng Âm – Dương đồng cung cần Tuần, Triệt hay Hóa Kị. Có thể, thời nay, phần lý do huyền bí đó đã dần mờ đi, nhưng bản chất của cách mệnh – nơi Can năm sinh, Lộc Tồn và Tứ Hóa – vẫn là chìa khóa quyết định.

Vô Chính Diệu Toàn Thư – Tác giả Rosy Rain

Người **Can Mậu** (Triệt) có sao Tham, Nguyệt, Bật, Cơ, cung
Quan có Lộc Tồn, mệnh có Hóa Quyền.

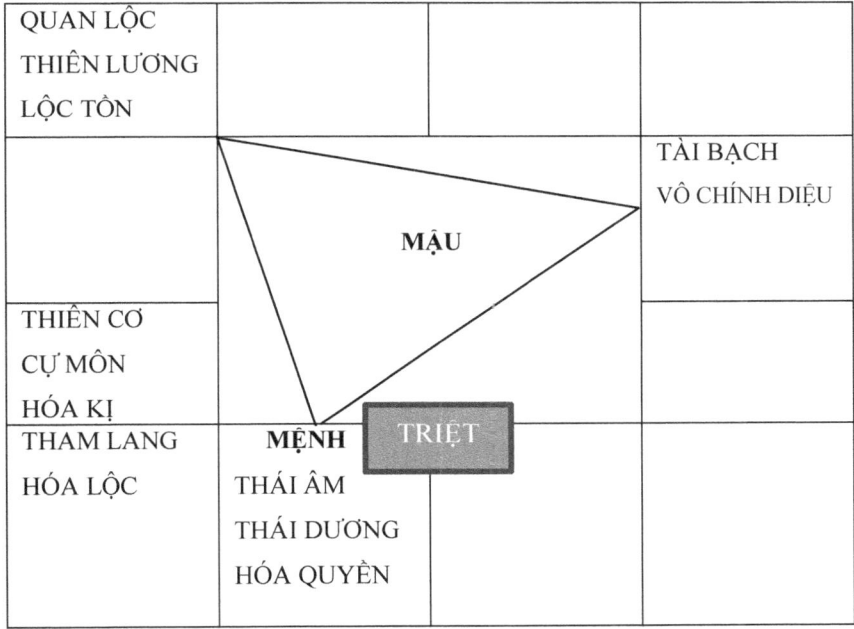

Năm sinh trong khoảng	Cung An TUẦN
Từ Giáp Tý đến Quý Dậu	Tuất – Hợi
Từ Giáp Tuất đến Quý Mùi	Thân – Dậu
Từ Giáp Thân đến Quý Tỵ	Ngọ - Mùi
Từ Giáp Ngọ đến Quý Mão	Thìn – Tỵ
Từ Giáp Thìn đến Quý Sửu	Dần – Mão
Từ Giáp Dần đến Quý Hợi	Tý – Sửu

Sinh thuộc can	Cung An TRIỆT
Giáp Kỷ	Thân – Dậu
Ất Canh	Mùi – Ngọ
Bính Tân	Thìn – Tỵ
Đinh Nhâm	Dần – Mão
Mậu Quý	Tý – Sửu

Vô Chính Diệu Toàn Thư – Tác giả Rosy Rain

Canh Canh: Nhật Vũ Đồng Âm, Mệnh có Hóa Lộc, được lợi ở thế Phu Thê; cung Bào lại có Khoa, Quyền. Cung Phụ Mẫu có Lộc Tồn, nhưng vì Giáp Lộc Tồn nên Mệnh dễ bị Kình, Đà xâm phạm.

Nếu Thái Âm, Thái Dương lạc hãm thủ Mệnh mà gặp thêm Kình, Đà thì chủ về do sự sơ suất của bản thân mà con cái dễ gặp tai nạn. Đặc biệt, người có Thái Âm thủ Mệnh thường rất coi trọng gia đình, hay lo nghĩ cho con cái.

PHU THÊ	BÀO	**MỆNH**	PHỤ MẪU
THIÊN ĐỒNG HÓA KHOA ☆	VŨ KHÚC THIÊN PHỦ HÓA QUYỀN ☆	THÁI ÂM THÁI DƯƠNG HÓA KỴ ☆ HÓA LỘC ĐÀ LA	LỘC TỒN
		TRIỆT	PHÚC ĐỨC THIÊN CƠ CỰ MÔN KÌNH DƯƠNG
TÀI BẠCH		**CANH**	ĐIỀN TRẠCH TỬ VI THIÊN TƯỚNG
			QUAN LỘC THIÊN LƯƠNG

Can Ất: Cơ Lương Tử Âm

- Quan: Thiên Lương có Hóa Quyền, lại tam hợp về mệnh có Thái Dương, nên rất hợp (vì Thái Dương chủ quý, vốn hợp với Quyền), tạo thế mạnh mẽ.

- Phúc: có Cự Cơ được Lộc Tồn tại Mão, tạo thành tuyến phúc – tài đắc Song Lộc.

- Điền (Tử Tướng): Khoa, giáp Quyền, thành Tam Hóa Liên Châu.

- Quan: Lương hãm được Quyền, tuyệt xứ phùng sinh, là một kỳ cách rõ ràng tốt đẹp.

Do vậy, Nhật – Nguyệt tại Sửu – Mùi muốn thành cách to phải là năm Ất.

- Nếu người Can Giáp, Thái Dương Hóa Kỵ, tam phương tứ chính không có gì đặc sắc, mệnh lại gặp ám tinh Đà La (nếu cư Sửu) hoặc hội Kình (nếu ở Mùi), thì sao tốt cũng không thể phát huy.

- Tóm lại, Âm – Dương tại Sửu – Mùi không phải nhờ Tuần, Triệt hay Hóa Kị, mà là nhờ Can của năm sinh và

355

Lộc Tồn mà thành cách tốt đẹp. Không còn là "bất hiển công danh".

Nhật – Nguyệt tại Sửu – Mùi không cần Tuần – Triệt hay Hóa Kị, mấu chốt là cách an vị của Can năm sinh, kết hợp Tứ Hóa và thế đứng trong tam hợp, hội tụ Lộc Tồn, nên được xem là "phản vi kỳ cách". Người sở hữu cách này, trải qua thời gian, sẽ có thành công trong sự nghiệp.

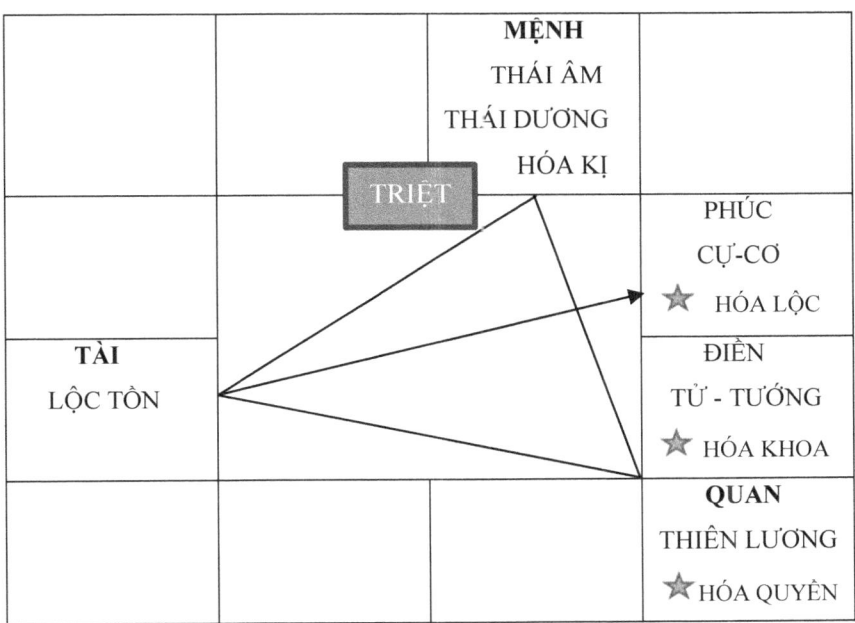

Vô Chính Diệu Toàn Thư – Tác giả Rosy Rain

Bộ Tam Minh, Tả Hữu, Quang Quý đối với Âm – Dương tại Sửu – Mùi

- Nhật – Nguyệt ở trục Sửu – Mùi không bao giờ đồng cung với Tam Minh – Đào – Hồng – Hỉ. Trong trường hợp này, dù có Hồng Loan đối cung với Thiên Hỉ, vẫn chưa đủ điều kiện để được xem là cách cục Tam Minh.

- Ở hai cung Sửu – Mùi, bộ Tam Minh không xuất hiện, nhưng lại là nơi hội tụ Tả Hữu đồng cung (người sinh tháng Tư Tả – Hữu đồng cung tại Mùi, người sinh tháng Mười Tả – Hữu đồng cung tại Sửu). Tả – Hữu đồng cung phụ trợ đắc lực cho Âm – Dương, giúp tăng ý chí và khả năng tiến thủ.

- Sửu – Mùi cũng là nơi duy nhất Ân – Quang – Thiên – Quý đồng cung, tạo uy lực mạnh mẽ. Ân là ân điển vua ban, Quý là bảo vật, kết hợp mang đến lợi ích thiết thực và khả năng cứu giải lớn cho người sở hữu.

- Do vậy, Ân Quang chính là yếu tố mang lại lợi ích thực sự, bảo vệ và hỗ trợ cho Âm – Dương tại Sửu – Mùi trong cuộc sống và sự nghiệp.

357

Vô Chính Diệu Toàn Thư – Tác giả Rosy Rain

Ấn Quang – Thiên Quý đồng cung tại Sửu – Mùi
Ảnh hưởng của Tuần – Triệt; Địa Không – Địa Kiếp; Thiên Hình, Thiên Riêu và Lục Sát Tinh

- Khi Mệnh – Thân gặp Tuần – Triệt nhưng tại Sửu – Mùi có Ấn Quang – Thiên Quý đồng cung, chưa chắc thiếu niên tân khổ. Tuần – Triệt ở đầu đời có thể giảm phần nào tác dụng của Quang – Quý, nhưng trung và hậu vận càng rõ ràng và bền vững, đem lại phúc lộc lâu dài.

- Ấn Quang – Thiên Quý không sợ Lục Sát Tinh, giải trừ phần nào tác động của Không – Kiếp, nhất là khi đi đủ bộ tại Sửu – Mùi. Khi Không – Kiếp xuất hiện, chúng chỉ là bóng mờ, trừ khi nghiệp lực đương số quá mạnh; trong trường hợp bình thường, nhờ công đức và hành thiện, tác hại giảm tối đa.

- Khi Quang – Quý đi cùng Thiên Hình, Thiên Riêu, chúng mất tính hung hãn và dâm ác; người sở hữu thường từ hòa, hoặc dấn thân vào nguy hiểm để cứu người, như bác sĩ đối diện bệnh tật, hoặc trong họa gặp phúc mà không lo lắng. Hung hãn bị giải, tính thiện hiển lộ.

- Khi Quang – Quý đi cùng Không – Kiếp, người đó thường tinh anh về tâm linh, có niềm tin chính đáng, không mê tín tà đạo.

- Nhìn chung, Ấn Quang – Thiên Quý tại Sửu – Mùi là một bộ tinh đức mạnh mẽ, bền vững, hỗ trợ đắc lực cho cuộc sống, sự nghiệp và nhân cách của đương số.

Âm – Dương cần bộ sao nào hỗ trợ?

- Thái Dương là sao theo chu kỳ, nên cuộc đời thường khó bình ổn, ngay cả khi đứng ở Ngọ (Nhật lệ trung thiên) cũng chỉ có tác dụng tạm thời. Muốn bền vững, Thái Dương cần sao trợ lực, đặc biệt là Quang – Quý.

- Khi Quang – Quý đồng cung tại Sửu – Mùi, Âm – Dương được hỗ trợ mạnh mẽ:

  o Hóa giải ảnh hưởng của Không – Kiếp, chế ngự sự ngạo mạn của Thái Dương và tính hung bạo của Không – Kiếp.

  o Giúp người sở hữu khiêm tốn, suy nghĩ thấu đáo, đồng thời tăng tình cảm, may mắn, lòng thủy chung, tín ngưỡng và trợ giúp vô hình.

o Quang – Quý bắt nguồn từ Xương – Khúc, theo thuyết nhà Phật, tức tư duy và học hỏi tạo hành động, từ đó phát sinh tình cảm và hưởng nhân quả tích cực.

• Khi Quang – Quý gặp Thổ, tụ khí rất mạnh; tại Sửu – Mùi – Thìn – Tuất (miếu vượng), Quang – Quý phát sinh huệ trí (trí tuệ theo Đạo Phật). Người có Mệnh hoặc Thân ở tứ mộ hội tụ Quang – Quý là cực kỳ tốt.

Vô Chính Diệu Toàn Thư – Tác giả Rosy Rain

Cung – Vị Sửu – Mùi

Hai cung Sửu – Mùi là hai cung phát chậm. Dù xuất hiện bộ Tử – Phá, Liêm – Sát, Vũ – Tham hay Âm – Dương đồng cung tại Sửu – Mùi, vẫn ngầm báo công danh phát chậm. Nếu có phát sớm trước 35 tuổi, thường gặp khó khăn trong việc giữ vị trí và phải làm lại từ đầu.

Riêng tại cung Sửu, nếu xuất hiện thêm Hóa Kị, người này thường có khuynh hướng âu sầu nặng hơn so với cung Mùi. Thậm chí có thể bị bệnh về tinh thần khi gặp vận xấu. Những người cung Sửu có Hóa Kị cần được quan tâm về mặt tinh thần, nên ra ngoài vận động, tập thể dục, hoặc tìm cách giải tỏa tâm trạng tiêu cực, là phương pháp hữu hiệu để giải trừ tư tưởng độc hại.

PHU THÊ THIÊN LƯƠNG	BÀO THẤT SÁT	**MỆNH** VÔ CHÍNH DIỆU ⭐	PHỤ MẪU LIÊM TRINH
TỬ TỨC TỬ VI THIÊN TƯỚNG			PHÚC
TÀI CỰ MÔN THIÊN CƠ			ĐIỀN PHÁ QUÂN
TẬT ÁCH THAM LANG	DI THÁI ÂM THÁI DƯƠNG ⭐	NÔ VŨ KHÚC THIÊN PHỦ	QUAN THIÊN ĐỒNG

Vô Chính Diệu Toàn Thư – Tác giả Rosy Rain

H.1 – H.2: So sánh các cung trong Tử Vi

- H.1: Cung Di có Âm Dương, cung Quan có Thiên Đồng, đại biểu cho trí tuệ, tri thức và bản chất tinh thần. Cuộc đời dịch động khá mạnh, cung Tài Bạch có Cự – Cơ, tính chất công việc cạnh tranh, làm gì cũng tạo sức hấp dẫn, khiến người khác thèm muốn.

- H.2: Cung Quan là Thiên Lương, thiên đồng thuộc tính thủy, thiên về cảm tính, tùy hứng, có phong thái văn nhã, tạo bầu không khí nghệ thuật. Ngũ hành Thiên Lương thuộc Thổ, nên cũng cố chấp, xem trọng nguyên tắc, lý tính và thực dụng. Hình 2 có Thái Âm – Thái Dương tọa thủ tại Mệnh, tam hợp với Thiên Lương (Âm – Dương –

Lương). Cuộc đời dịch động còn thiếu lực, phương hướng và mục tiêu chưa rõ ràng.

- So sánh Tài Bạch: H.1, cung Tài có Cự – Cơ, mạnh mẽ, cạnh tranh, dễ tạo sức hấp dẫn. H.2, Tài Vô Chính Diệu, Cự – Cơ đối xung; công việc thiên về tham mưu, phụ tá, lập kế hoạch, viết kịch bản hoặc thao túng hậu trường, biên độ thay đổi công việc lớn, khó áp dụng điều minh học. Nguy cơ thất nghiệp cao hơn H.1, chờ việc tại nhà cũng lớn hơn.

- Hai cung Sửu – Mùi, nơi của Tứ Mộ, thường khiến bản thân và lục thân khó gần, nên sống xa gia đình hoặc ra ngoài lập nghiệp sẽ dễ thăng tiến.

Vô Chính Diệu Toàn Thư – Tác giả Rosy Rain

PHU THÊ THIÊN LƯƠNG	THẤT SÁT	**MỆNH** VÔ CHÍNH DIỆU	LIÊM TRINH
TỬ VI THIÊN TƯỚNG			
TÀI THIÊN CƠ CỰ MÔN		H.1	
TẬT THAM LANG	THÁI ÂM THÁI DƯƠNG	VŨ KHÚC THIÊN PHỦ	**QUAN** THIÊN ĐỒNG

QUAN THIÊN LƯƠNG		**DI** VÔ CHÍNH DIỆU	
			TÀI VÔ CHÍNH DIỆU
THIÊN CƠ CỰ MÔN		H.2	
	MỆNH THÁI ÂM THÁI DƯƠNG		THIÊN ĐỒNG

Vô Chính Diệu Toàn Thư – Tác giả Rosy Rain

Mệnh Vô Chính Diệu – Cung Tật Ách có Tham Lang

Tham Lang tại Tật Ách chủ về nội tâm sâu kín, hiếu sắc và duyên với người khác giới. Khi Mệnh Vô Chính Diệu gặp Tham Lang, suy nghĩ và dục vọng thường biểu hiện ra bên ngoài; cung Mệnh và Tật có thể vay mượn năng lực lẫn nhau ("nhất lục đồng tâm").

Tham Lang ở Tài giúp khéo léo đạt mục tiêu; ở Phúc Đức, người có công phu hàm dưỡng, ham rèn luyện nghệ thuật hoặc nhân văn, cử chỉ ung dung. Kết hợp với sao sát – bại tinh hoặc tứ Hóa sẽ tạo ra nhiều biến hóa.

"Nhất lục đồng tâm" nghĩa là đồng tâm hiệp lực; "công phu hàm dưỡng" chỉ nội tại chính chắn, sâu sắc, hàm ý phẩm đức tốt đẹp.

Cung Phúc Đức Vô Chính Diệu (Mẫu người mất lòng tin)

Điều kiện: Phúc Đức Vô Chính Diệu và không có Kình, Đà, Linh, Hỏa hoặc Lộc Tồn đồng cung.

Người này khi mất tình yêu thường hoảng loạn, mất phương hướng, sợ bị dối gạt và lo lắng về quyết định của mình. Họ dễ nghi ngờ, dẫn đến mất lòng tin vào tình yêu đã trao. Vì vậy, chỉ cần người khác tán tỉnh hay làm quen, họ có thể nhanh chóng nảy sinh tình cảm mới, dễ gây tác động tiêu cực đối với hôn nhân.

Thái Âm – Thái Dương đồng độ

- **Cung Nô Bộc**: Khi Thái Âm – Thái Dương đóng cung Nô Bộc, bạn bè thường bất thường, khó tụ, như ngày và đêm thay đổi. Nếu có Hóa Kị, dễ xảy ra tranh chấp ngầm.

- **Cung Phu Thê**:

  o Tại Sửu, kết hôn sớm thường không tốt; nên sau 30 tuổi, vợ nhỏ tuổi hơn. Nếu thêm sát tinh, sức khỏe người phối ngẫu kém, có khả năng lập gia đình hơn một lần.

  o Tại Mùi, kết hôn sớm hay muộn đều ổn do Thái Dương nhập miếu, nhưng nếu có sát tinh, thân thể người phối ngẫu dễ tổn thương hoặc mất sớm.

  o Tổng thể, hiện tượng kết hôn hai lần hoặc các tình huống kết hợp có thể xảy ra.

Văn Xương – Văn Khúc đóng cung Phu Thê

Khi Xương Khúc đóng cung Phu Thê, người phối ngẫu hoặc đương số thường được cưng chiều, tình cảm nồng thắm, nhưng dễ lo lắng.

- Nam mệnh: cưới được vợ đảm đang, tình cảm sâu sắc.

- Nữ mệnh: cưới được chồng khôi ngô, yêu cầu cao về vợ con; giỏi hiểu tâm ý người phối ngẫu.

Nếu có sát tinh đồng độ, cuộc sống hôn nhân khó ở trọn đời; nếu thêm Đào Hoa, dễ có người thứ ba bên ngoài. Xương Khúc là sao có thành tựu học vấn và nghệ thuật, người phối ngẫu có thể làm công chức, cuộc sống thanh tao, văn minh.

		THIÊN DI **THÁI ÂM** **THÁI DƯƠNG**	
	MỆNH VÔ CHÍNH DIỆU		**PHU THÊ** **THIÊN LƯƠNG**

Về Hôn Nhân

- Khi Thái Âm – Thái Dương chiếu cung Mệnh, ảnh hưởng nặng hơn với nữ mệnh. Người nữ mệnh tại Sửu, Âm – Dương tại Mùi cùng chiếu sẽ tốt hơn về tình cảm.

- Nếu Thái Âm – Thái Dương tiến về Mệnh, Thiên Lương tọa thủ cung Phu Thê, người này thường lấy con trưởng hoặc đoạt trưởng. Khi Thiên Lương hội Hóa Quyền, Hóa Lộc, chuyện tình cảm có thể phức tạp trong một thời gian, ảnh hưởng đến cả đương số và người phối ngẫu. Tuổi tác lệch từ 3 trở lên giữa hai vợ chồng thường tốt nhất.

Vô Chính Diệu Toàn Thư – Tác giả Rosy Rain

- Nam mệnh: thường lấy được vợ hiền, giỏi nội trợ, có khả năng quản lý gia đình.

- Nữ mệnh: người phối ngẫu thường thiêng về chức nghiệp văn hóa, giáo dục; nữ mệnh có chồng quản gia, thích can thiệp và coi sóc việc nhà.

- Nếu kết hôn muộn, từng bị hủy hôn hoặc sống chung chưa cử hành nghi thức, thường miễn khắc tất tốt.

- Khi Thái Dương, Thiên Lương, Thiên Cơ đồng độ, vợ chồng thường không ở bên nhau nhiều, vì tính chất động của các sao này.

Hạn hành tại Cung Phu Thê

Khi Thiên Lương thủ cung Phu Thê, đối cung Thiên Đồng, vợ chồng thường xuất phát từ tay trắng, khả năng thành tựu dựa trên nỗ lực và phối hợp chung. Nếu tọa tại cung Tị, người phối ngẫu mang tính khiêu khích, hôn nhân trải qua sóng gió, nhưng vẫn duy trì trách nhiệm và nghĩa vụ đối với gia đình; so với cung Hợi, tính bền vững giảm.

Trong các năm hạn, khi có sự xuất hiện của Thiên Cơ, Cự Môn, Thái Âm, Thái Dương, Vũ Phủ, hôn nhân và gia đạo thường gặp biến động, đòi hỏi sự cảnh giác và ứng biến khôn khéo từ đương số.

Vô Chính Diệu Toàn Thư – Tác giả Rosy Rain

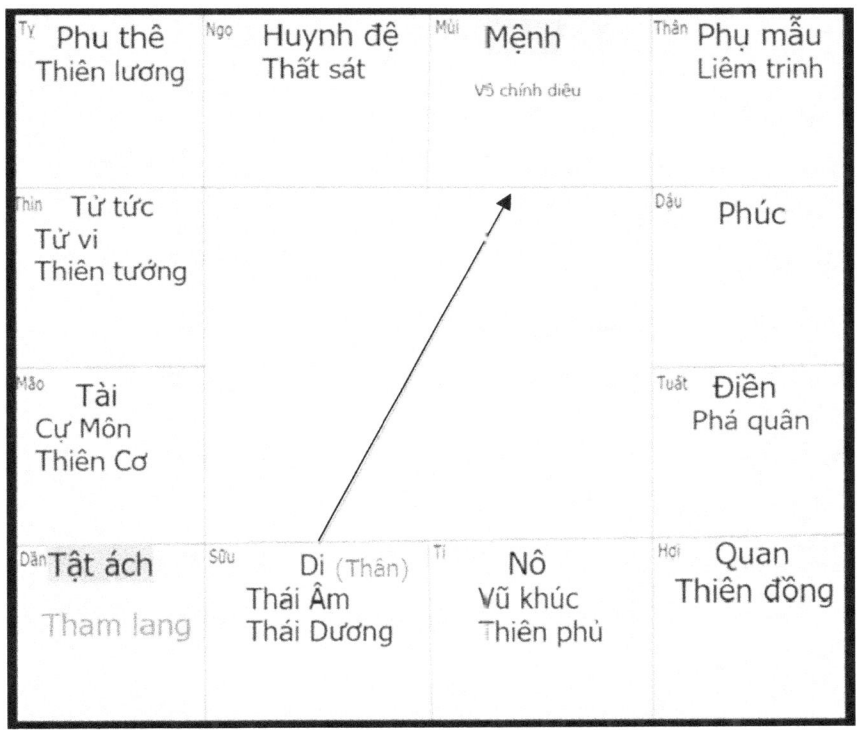

Mệnh Vô Chính Diệu, Âm – Dương đối cung, Thân cư Thiên Di

Vô Chính Diệu Toàn Thư – Tác giả Rosy Rain

Cung Thiên Di của Mệnh Vô Chính Diệu

Cung Thiên Di thể hiện những gì đương số hướng đến, có thể đạt được, là "Dụng" mượn từ sao đối cung, nhưng không thể áp dụng toàn bộ ý nghĩa các sao Thiên Di vào cung Mệnh. Mệnh Vô Chính Diệu không hoàn toàn "vô", mà chứa nhiều biến số có thể uốn nắn; chịu ảnh hưởng từ sao đối cung, phát sinh tính mô phỏng giả tạo, mức độ phụ thuộc vào các tinh diệu trong cung.

Khi Thân nhập cung Thiên Di, đời sống thường biến động, thay đổi nơi ở, công việc, xa gia đình từ trẻ. Nếu Âm – Dương đồng độ tại Di, người này dám làm dám chịu, cương nghị, có cơ hội phát triển từ các thời điểm thuận lợi, quan hệ nhân sự tốt (ví dụ Nô Bộc có Vũ Phủ).

Vô Chính Diệu Toàn Thư – Tác giả Rosy Rain

Thân cư Thiên Di Vô Chính Diệu

Nếu Mệnh có chính tinh nhưng Thân cư Thiên Di vô chính diệu, nửa đời sau thường không quá đặt nặng công danh, chọn sống an nhiên, thuận theo hoàn cảnh.

Ngược lại, nếu Thân cư Thiên Di gặp bộ sao mạnh, người này chịu ảnh hưởng môi trường bên ngoài, dễ đi xa, xuất ngoại, thay đổi nơi ở hoặc công tác.

Khi cả Mệnh và Thân đều có chính tinh, luận giải dựa vào Mệnh gốc; nếu hội tụ sao nhàn như Xương, Khúc, Thai, Tọa, Quang Quý hay tổ hợp Cơ – Nguyệt – Đồng – Lương, cuộc sống ít biến động, ổn định, nhưng vẫn cởi mở, kết nối tích cực với thế giới bên ngoài.

Vô Chính Diệu Toàn Thư – Tác giả Rosy Rain

Cung Phụ Mẫu

Khi Mệnh Vô Chính Diệu, Nhật – Nguyệt đối cung, đây là cách bất lợi cho lục thân. Nếu Liêm Trinh Hóa Lộc, Thái Dương Hóa Kị (Can Giáp), sự hình khắc giữa đương số và cha mẹ càng rõ rệt; thời thơ ấu thường cảm thấy bí bách, chịu áp lực từ gia đình, nhất là khi Huynh Đệ có Thất Sát.

Nếu Phụ Mẫu hoặc Huynh Đệ hội Đào Hoa, đương số có thể sinh ra từ người thứ hai hoặc cha mẹ có tình cảm ngoài hôn nhân. Hoàn cảnh gia đình đặc biệt dẫn đến nỗi buồn khó giải bày từ nhỏ.

Sau này, người này thường ra ngoài lập nghiệp, sống xa nhà, có thể được nhận làm con nuôi, hoặc trải qua giai đoạn gia đình lao đao nếu Vũ Khúc Hóa Kị hội cung Phụ Mẫu. Những trải nghiệm đầu đời này hình thành tính cách, tạo cảm giác bất an, lo lắng và bất định về tương lai.

Ngành Nghề – Cung Tài Bạch

Cung Tài Bạch của cách này thường thuận lợi cho ngành văn hóa, giải trí, ngoại vụ hoặc kinh doanh. Khi Thiên Đồng thủ Tài, năng lực hưởng thụ được phát huy; nếu kèm Thiên Mã, đương số có xu hướng phiêu bạt, di chuyển, tham gia du lịch hoặc hoạt động ngoại giao.

Trường hợp Cự – Cơ đối cung Phúc Vô Chính Diệu, đương số có tư duy tính toán về tài chính, nhưng tiền bạc thường không ổn định, dễ bị cạnh tranh, việc đến tay mình thường làm người khác thèm muốn, dẫn đến thị phi. Vì vậy, trong tài chính và công việc, nên hành sự kín đáo, không phô trương để giảm đố ky.

Cách cục này thường phát triển sự nghiệp ở phương xa; nếu Thiên Di có Hóa Kị, dễ bị dẫn dụ phá tài, hoặc con cái nhận lỗi thay cho người khác.

Sự Nghiệp – Cung Tài Bạch và Điền Trạch

Cách cục này chủ về thành tựu sự nghiệp ở phương xa, thường xuyên thay đổi công tác, đảm nhiệm chức vụ tạm thời hoặc các công việc biến động, giao thông, vận tải, tư vấn, quân sư. Nếu Thiên Di có Hóa Kị, dễ bị dẫn dụ phá tài, con cái hay nhận lỗi thay; đồng độ Thiên Mã càng tăng tính phiêu bạt.

Cung Điền có Phá Quân biểu thị tự gây dựng, tuổi trẻ vất vả, có thể trải qua trắng tay làm lại từ đầu; nếu đi cùng Hóa Lộc – Hóa Quyền, sự nghiệp thay đổi theo hướng tốt đẹp, dựa trên nền tảng sẵn có. Các Tứ Hóa khác: Điền Hóa Lộc, Tài Hóa Quyền, Thiên Di Hóa Khoa hỗ trợ phát triển tổng thể.

Vô Chính Diệu Toàn Thư – Tác giả Rosy Rain

Cung Tử Tức – Tử Vi, Thiên Tướng

Cung Tử Tức chỉ ra số lượng con cái không nhiều, nhưng chất lượng tương đối tốt, thường có một đứa tài năng. Con cái cương cường, cần dùng tình cảm và khéo léo để giáo dục, tránh lặp lại cách giáo dục của bố mẹ.

Con cái phát triển phương xa; nếu hội Lộc, sẽ hỗ trợ sự nghiệp của đương số. Khi hội Đào Hoa – Xương Khúc, con cái thông minh, năng động. Nếu có Không – Kiếp, con trai có thể sinh từ người thứ hai. Hạn tại Nô Bộc (Vũ Phủ) hoặc Phụ Mẫu (Liêm Trinh) là thời điểm các vấn đề con cái ứng nghiệm rõ ràng.

Hai cuốn sách của **tác giả Rosy Rain** đã được **phát hành chính thức** và hiện có thể đặt mua trên các nền tảng sau:

1. **"Cung Tật Ách"** – Tác phẩm đầu tay của tác giả, chuyên sâu về phân tích cung Tật Ách trong Tử Vi.

2. **"Tử Vi Nhập Môn – Dành cho Người Mới Bắt Đầu"** – Hướng dẫn cơ bản và hệ thống, dành cho độc giả mới tìm hiểu Tử Vi.

Nền tảng mua sách:

- **Amazon**: Dành cho độc giả trong nước và quốc tế, đặt hàng trực tuyến thuận tiện.

- **IngramSpark**: Hệ thống phát hành sách toàn cầu, có mặt tại nhiều nhà sách lớn tại Mỹ, Canada, Úc, châu Âu.

Tìm sách: Gõ tên sách + tác giả

- *"Cung Tật Ách – Jennifer Le"*

- *"Tử Vi Nhập Môn – Jennifer Le"*

Thông tin liên hệ chính thức:

- Website: www.tuvi8.com

- Email: rosyrain8@gmail.com

Chân dung tác giả Rosy Rain được ghi lại bởi Ryan White trong một buổi chiều yên tĩnh tại Nashville, TN.

Portrait of Rosy Rain captured by Ryan White during a quiet afternoon in Nashville, TN.

Vô Chính Diệu Toàn Thư – Tác giả Rosy Rain

Về tác giả – Rosy Rain

Rosy Rain là một nữ tác giả và nhà nghiên cứu Tử Vi đẩu số, sống và làm việc nhiều năm ở nước ngoài. Dù xa quê hương, cô luôn giữ trọn một tình yêu bền bỉ với văn hóa phương Đông, đặc biệt là các bộ môn huyền học cổ truyền. Hành trình của cô trong Tử Vi không bắt đầu từ sự truyền thừa, mà từ đam mê tự học, trải nghiệm và sự dẫn dắt thầm lặng của trực giác.

Rosy Rain tiếp cận Tử Vi không như một hệ thống cố định khô cứng, mà như một ngôn ngữ sống động của tâm thức. Với cô, mỗi lá số là một biểu tượng sâu sắc chứa đựng vận hành tinh vi của nhân duyên, thời cuộc và sự phát triển nội tại của một con người. Từ đó, Tử Vi trở thành chiếc gương huyền nhiệm để quan sát bản thể, điều chỉnh hành vi và mở rộng nhận thức.

Trong suốt nhiều năm, Rosy Rain luôn kiên trì chia sẻ kiến thức một cách hoàn toàn miễn phí, với mong muốn lan tỏa tinh thần học thuật chân chính và tạo một không gian tử tế cho những ai đang trên đường tìm hiểu về chính mình qua lá số.

 Email: rosyrain8@gmail.com

 Website: www.tuvi8.com

Vô Chính Diệu Toàn Thư – Tác giả Rosy Rain

LỜI CẢM ƠN

Quyển sách Vô Chính Diệu Toàn Thư không thể thành hình nếu không có sự đồng hành đầy yêu thương và thầm lặng của những người cộng sự tuyệt vời.

Trước hết, Rosy xin chân thành cảm ơn Nguyễn Vũ Thắng (N.V.T) – người không chỉ viết lời mở đầu đầy cảm hứng cho sách, mà còn là tác giả của bức ảnh bìa độc đáo mang tên Bình An. Bức ảnh được Thắng ghi lại tại Hồ Ba Bể, Bắc Kạn, Việt Nam – một phong cảnh mang đậm chất tĩnh lặng và huyền ảo, rất tương hợp với tinh thần của tựa đề "Vô Chính Diệu". Thắng cũng là người đã giúp hoàn thiện phần thiết kế bìa sách, khiến toàn bộ tác phẩm trở nên trọn vẹn về cả nội dung lẫn hình thức.

Rosy cũng xin gửi lời biết ơn sâu sắc đến Vincent Huong, người bạn đời thân yêu – người đã luôn âm thầm ủng hộ Rosy trên hành trình nghiên cứu Tử Vi, và cũng là người góp phần hoàn thiện bản thảo về kích thước, trình bày, cùng những yêu cầu kỹ thuật cần thiết để sách có thể ra mắt bạn đọc theo đúng quy chuẩn xuất bản.

Một lời cảm ơn đặc biệt xin gửi đến Ryan White, người bạn Mỹ thân thiết của gia đình. Dù là một kỹ sư, Ryan lại có niềm đam mê nhiếp ảnh. Mỗi lần Rosy có dịp trở về Nashville, Tennessee, hai người lại cùng rong ruổi khắp nơi để ghi lại những khoảnh khắc cuộc sống. Những bức chân dung của Rosy trong thời gian qua đều do Ryan chụp – bằng một tấm lòng nghệ sĩ rất đỗi tinh tế và đầy cảm xúc.

Cuối cùng, Rosy xin biết ơn tất cả các bạn **iu** Tử Vi đã luôn dõi theo, ủng hộ và gửi gắm những lời bình luận ấm áp qua mỗi video, bài viết. Với Rosy, mỗi buổi sáng thức dậy, niềm vui không chỉ là được tiếp tục nghiên cứu mà còn là được đọc những dòng động viên đầy tình cảm từ các bạn. Đó chính là động lực lớn nhất để Rosy tiếp tục cống hiến, tiếp tục viết, và tiếp tục chia sẻ.

Từ trái tim,
Rosy Rain

ACKNOWLEDGMENTS

Vô Chính Diệu Toàn Thư would not have come to life without the heartfelt contributions and quiet support of several cherished companions on this journey.

First, I would like to express my deepest gratitude to Nguyễn Vũ Thắng (N.V.T), who not only wrote the inspiring foreword for this book but also captured the unique cover photo titled "Bình An" (Peace). The photo was taken by Thắng at Ba Bể Lake, Bắc Kạn, Vietnam – a landscape rich in tranquility and mystique, beautifully resonating with the spirit of the title "Vô Chính Diệu." Thắng also contributed to the completion of the book's cover design, bringing harmony to both its content and presentation.

My sincere thanks go to Vincent Huong, my beloved husband, who has always supported my passion for astrology in his own quiet and steady way. Vincent was instrumental in refining the book's structure, formatting, and overall production process, ensuring that it met publishing standards while staying true to its soul.

I am also grateful to Ryan White, a long-time family friend in the U.S. Though an engineer by trade, Ryan has a deep love for photography. Every time I return to Nashville, TN, we go out exploring with our cameras and many of my portrait photographs that appear across platforms were beautifully taken by him, with great care and artistry.

Last but never least, I want to thank all of you—my dear astrology friends and followers—who have supported this journey with your kindness, warmth, and thoughtful comments. Each day, I wake up excited not only to study and learn more, but also to read your heartfelt messages. You are the joy and inspiration behind every word I write.

With love and gratitude,
Rosy Rain

Mục Lục - Table of Contents

Vô Chính Diệu Toàn Thư – Tác giả Rosy Rain

388

Vô Chính Diệu Toàn Thư – Tác giả Rosy Rain

389

Vô Chính Diệu Toàn Thư – Tác giả Rosy Rain

390

Vô Chính Diệu Toàn Thư – Tác giả Rosy Rain

391

Vô Chính Diệu Toàn Thư – Tác giả Rosy Rain

392

Vô Chính Diệu Toàn Thư – Tác giả Rosy Rain

Vô Chính Diệu Toàn Thư – Tác giả Rosy Rain

Vô Chính Diệu Toàn Thư – Tác giả Rosy Rain

Vô Chính Diệu Toàn Thư – Tác giả Rosy Rain

Cách cục Thiên cơ, Thái âm, Thiên đồng, Thiên lương

Cách cục Tử vi,Thiên phủ,Thiên tướng gặp

 Thất sát,Phá quân, Tham lang

Vô Chính Diệu Toàn Thư – Tác giả Rosy Rain

Vô Chính Diệu Toàn Thư – Tác giả Rosy Rain

Vô Chính Diệu Toàn Thư – Tác giả Rosy Rain

Vô Chính Diệu Toàn Thư – Tác giả Rosy Rain

Vô Chính Diệu Toàn Thư – Tác giả Rosy Rain

401

Vô Chính Diệu Toàn Thư – Tác giả Rosy Rain

Portrait of Ryan White

Vô Chính Diệu Toàn Thư – Tác giả Rosy Rain

Khi hoàn tất quyển sách này, Rosy chợt nghĩ đến người bạn đã đồng hành cùng mình suốt nhiều năm qua – anh bạn chụp hình Ryan White. Ban đầu, Rosy chỉ muốn gửi đến anh lời cảm ơn chân thành, nhưng thật bất ngờ khi biết rằng Ryan lại mang cả mệnh và thân đều Vô Chính Diệu. Điều đó khiến Rosy có cảm giác rất lạ, như thể tất cả đã được sắp đặt từ trước – từ những tư liệu, những bức hình, cho đến cuộc gặp gỡ này. Giống như định mệnh đã đưa lối, để rồi qua đó mình được học, được khám phá, không chỉ về chính bản thân mình mà còn về người bạn đồng hành bên cạnh. Người mang mệnh Vô Chính Diệu thật sự có quá nhiều điều để nói – vừa đa tài, vừa tài hoa, và còn ẩn chứa biết bao điều sâu xa hơn thế.

As I came to the completion of this book, I found myself thinking of a friend who has been by my side for many years – the photographer, Ryan White. At first, I only wished to offer him my heartfelt thanks, but to my surprise, I discovered that Ryan himself was born with both destiny and self under *Vô Chính Diệu*. It felt strangely profound, as though everything had been arranged long before – the references, the photographs, even our meeting. It was as if destiny itself had guided the path, allowing me to learn, to explore, and through that journey, not only to discover myself but also to understand the friend beside me. Those born under *Vô Chính Diệu* truly hold countless stories within them – versatile, talented, and filled with so much more than words can capture.

Với tất cả lòng biết ơn,

With all my gratitude,

Rosy Rain